மாமி சொன்ன கதைகள்

மாமி சொன்ன கதைகள்

சந்திரா இரவீந்திரன்

வடமராட்சி – பருத்தித்துறையில் மேலைப்புலோலியூர், ஆத்தியடியைப் பிறப்பிடமாகக் கொண்டவர். இவரது முழுப் பெயர் சந்திரகுமாரி இரவீந்திரகுமாரன். 1991இல் பிரித்தானியாவிற்கு இடம்பெயர்ந்து தற்போது இலண்டனில் வசித்து வருகிறார். யாழ். பல்தொழில்நுட்பக் கல்லூரியில் மேற்கல்வி கற்று, 1991வரை யாழ். அரச செயலகத்தில் பணியாற்றியவர்.

1981இல் வெளியான 'ஒரு கல் விக்கிரகமாகிறது' இவரின் முதல் சிறுகதை. செல்வி சந்திரா தியாகராஜா என்ற பெயரில் இலங்கையின் பத்திரிகைகள், சஞ்சிகைகள் வாயிலாக, சிறுகதை, குறுநாவல் படைப்புகள் மூலம் குறிப்பாக அறியப்பட்டவர்.

1988இல் வடமராட்சியில் இவரது 'நிழல்கள்' முதல் சிறுகதைத் தொகுதி பருத்தித்துறை – யதார்த்தா இலக்கிய வட்டத்தினால் வெளியிடப்பட்டது. 2012இல் 'நிலவுக்குத் தெரியும்' இரண்டாவது சிறுகதைத் தொகுதி காலச்சுவடு பதிப்பகத்தினால் வெளியிடப்பட்டது. திருமணத்தின் பின் 'சந்திரா இரவீந்திரன்' என்ற பெயரில் இவரின் படைப்புகள் வெளிவருகின்றன.

இலண்டனில் 2007ஆம் ஆண்டுவரை ஏழு வருடங்கள் 'அனைத்துலக ஒலிபரப்புக் கூட்டுத்தாபனம்' ஊடகத்தில் குறிப்பிடத்தக்க இலக்கிய நிகழ்ச்சிகளைத் தயாரித்து வழங்கிவந்தவர். இலண்டனில் இயங்கும் தமிழர் தொண்டு நிறுவனங்களில் தொண்டாற்றிவருவதுடன் சமூகப் பணிகளிலும் ஈடுபாடு கொண்டுள்ளவர். தற்போது வர்த்தக நிறுவனமொன்றில் பணியாற்றிக் கொண்டிருக்கிறார்.

மின்னஞ்சல்: chandra363@gmail.com

சந்திரா இரவீந்திரன்

மாமி சொன்ன கதைகள்

காலச்சுவடு பதிப்பகம்

● அன்பார்ந்த வாசகருக்கு,
வணக்கம்.

காலச்சுவடு நூலை வாங்கியமைக்கு நன்றி.

நூலின் உள்ளடக்கம், உருவாக்கம், அட்டைப்படம் இன்ன பிற அம்சங்கள் பற்றிய உங்கள் கருத்துகளையும் ஆலோசனைகளையும் காலச்சுவடு வரவேற்கிறது. தகவல், எழுத்து, வாக்கியப் பிழைகள் தென்பட்டால் கட்டாயம் தெரிவித்து உதவுங்கள். நூல் தயாரிப்பில் கடும் குறைபாடு இருப்பின் மாற்றுப் பிரதி உங்களுக்குக் கிடைக்கக் காலச்சுவடு ஏற்பாடு செய்யும்.

மின்னஞ்சல்: publisher@kalachuvadu.com

காலச்சுவடு நாகர்கோவில் தலைமையகத்துக்கும் கடிதம் அனுப்பலாம்.

தங்கள்
எஸ்.ஆர். சுந்தரம் *(கண்ணன்)*
பதிப்பாளர் – நிர்வாக இயக்குநர்

மாமி சொன்ன கதைகள் ❖ அனுபவப் பகிர்வு ❖ ஆசிரியர்: சந்திரா இரவீந்திரன் © சந்திரகுமாரி இரவீந்திரகுமாரன் ❖ முதல் பதிப்பு: டிசம்பர் 2022 ❖ வெளியீடு: காலச்சுவடு, 669 கே.பி. சாலை, நாகர்கோவில் 629001

காலச்சுவடு பதிப்பக வெளியீடு: 1146

maami conna kataikaL ❖ Experiences ❖ Author: Chandra Ravindran ❖ © Chandrakumary Ravindrakumaran ❖ Language: Tamil ❖ First Edition: December 2022 ❖ Size: Demy ❖ Paper: 18.6 kg maplitho ❖ Pages: 120

Published by Kalachuvadu, 669 K.P. Road, Nagercoil 629 001, India ❖ Phone : 91 - 4652 - 278525 ❖ e-mail : publications@kalachuvadu.com ❖ Printed at Print Point Offset Printers, Nagercoil 629001

ISBN: 978-93-5523-262-5

என் மாமி
மனோன்மணி அவர்கட்கு

பொருளடக்கம்

	முன்னுரை	11
	என்னுரை	13
1.	நானும் மாமியும்	17
2.	மாமி சொன்னவை பால்யம்	32
3.	பள்ளிக்காலப் புதினங்கள்	42
4.	கற்பித்தலுக்குக் கைகொடுத்தல்	48
5.	ஊரும் கொண்டாட்டமும்	50
6.	வாழ்வில் திடீர் மாற்றங்கள்	55
7.	மேலும் படிக்க ஆசை	58
8.	ஐயா போன பின்னர்...	61
9.	அது ஒரு காலம்	65
10.	எனது ஆசைகளும் என் அம்மாவும்	67
11.	பருவப் பெண்ணும் பள்ளிக்கூடமும்	69
12.	வீடும் நானும்	72
13.	மீண்டும் படிப்பு	74
14.	காதலும் வாழ்வும்	76
15.	சிங்களத் தனிச்சட்டமும் வாழ்வின் மாற்றங்களும்	80
16.	கணவர் இல்லாத வாழ்வு	82
17.	நாடும் சூழலும்	85
18.	நானும் வெளிநாடும்	93
19.	புலம்பெயர்ந்த வாழ்வு	95
20.	மாமியைப் பற்றி மற்றவர்கள்...	99
	படங்கள்	107

முன்னுரை

எண்பதுகளிலிருந்து அறியப்பட்ட எழுத்தாளரான சந்திரா இரவீந்திரன் இன்று எமக்குத் தந்திருப்பது, வாழ்வில் பல இழப்புகளையும் வலிகளையும் தாங்கிக்கொண்டே வாழ்ந்து நிமிர்ந்த ஒரு பெண்ணின் மன உணர்வின் வெளிப்பாட்டுச் சித்திரங்களை.

சந்திரா இரவீந்திரன் பல சிறந்த சிறுகதைகளைத் தந்தவர். அவரது மொழிநடை தனித்துவமானது. மனதின் உணர்வுகளை அப்படியே உருவி எடுத்துத் தன் மொழியில் படையலிடுபவர்.

இப்போது தன் மாமியின் அனுபவங்களை, அவருக்குள் இருந்த உணர்வுகளைச் சிறிதும் குறையாமல் இங்கே பதிவு செய்திருக்கிறார்.

இந்நூல் நமக்குப் புதியதொரு களத்தை விரித்துக் காட்டுகிறது. மாமியின் சிறுவயதுக் காலங்களின் நிகழ்வுகள், எமது கலாச்சாரத்தையும் பண்பாடுகளையும் திரும்பவும் ஒருதடவை மீட்டிப்பார்க்க வைக்கிறது. முப்பத்தியைந்து வயதில், கணவனை இழந்த நிலையில், தனது ஒன்பது குழந்தைகளையும் வளர்த்தெடுக்க, தனியாளாய் நின்று போராடி வெற்றிபெற்ற ஒரு பெண்மணியை அடையாளம் காட்டுகிறது. மாமியின் உணர்வுகளை நம் மனதோடு பேசவைக்கிறது.

சந்திரா இரவீந்திரனின் படைப்பாற்றல் காரணமாக, 'மாமி சொன்ன கதைகள்' அனுபவப் பகிர்வு என்பதையும் தாண்டி, கலைத்துவம் மிக்க இலக்கியமாகியிருக்கிறது என்பதுதான் சிறப்பு!

24.03.2022   தாமரைச்செல்வி

என்னுரை

என்னைப் பெற்றெடுக்காத என் தாய் போலிருந்தவர் என் மாமி! அவ என்னோடு பழகிய காலம் முழுவதும் எனக்குக் கதைகள் சொன்னதுதான் அதிகம். அவை எல்லாவற்றையும் எழுத்துக்களாக்கிவிட முடியாது. அவற்றில் எனக்குத் தேவைப்பட்ட சில மேலதிகத் தெளிவுகளையும் விளக்கங்களையும் நான் பெற்றுக்கொள்வதில் அவவின் செவிப்புலன் எனக்கு எப்போதும் தடையாகவே இருந்தது.

மாமி என்னோடு பழகிய காலங்களில் எனக்கு அவவோடு கிடைத்த அனுபவங்களும் அவ எனக்குச் சொன்ன கதைகளும் இவை என்பதற்கும் அப்பால், ஒரு காலத்தின், ஒரு இனத்தின், ஒரு ஊரின், ஒரு சமூகத்தின், ஒரு கலாச்சாரத்தின் வாழ்வு இதற்குள் அடங்கிக் கிடக்கிறதென்றே நம்புகிறேன்!

இந்தக் கதைகளிற்குள் இருப்பது ஒரு பெண்ணின், ஒரு சிறுமியின், ஒரு மனைவியின், ஒரு தாயின் அனுபவத்தின்பாலான வெறும் சொற்கள் அல்ல. அவர்களது கனவுகளும் ஆசைகளும் அலைச்சல்களும் தேவைகளும் ஏமாற்றங்களும் துக்கங்களும் சந்தோசங்களும் நிறைந்த, மீளப்பெற முடியாத ஒரு உலகம் என்றே நம்புகிறேன்! இந்த உலகம் என்னை வியக்கவைத்தது மெய்சிலிர்க்கவும்

துயரப்படவும் ஆற்றாமைகொள்ளவும் கண்ணீர் சிந்தவும் வைத்தது. அவையே இம்மலரை நான் உருவாக்கக் காரணமாகவும் அமைந்தவை!

இவற்றை நான் என் அனுபவத்தினூடாகத் தரிசித்தும், தானாகவே மாமி சொல்லக் கேட்டும், நானாக நேரில் சில கேள்விகளைக் கேட்டும், அவ்வப்போது தொலைபேசியூடாகச் சேகரித்தும், குறிப்புகளைக் கேட்டு வாங்கிப் பெற்றுமே இந்நூலை என்னால் உருவாக்க முடிந்திருந்தது.

பூக்களைச் சூட முடியாமலே ஐம்பத்தியிரண்டு ஆண்டுகளாகத் தனியாளாகத் தைரியத்தோடும் மன உறுதியோடும் வாழ்ந்துகொண்டிருந்த மாமிக்கு, இச்சிறுமலரை நான் சூடி மகிழ வேண்டுமென்று எப்பொழுதோ ஆசை கொண்டேன்.

ஆனால் காலம் இதற்கெல்லாம் காத்திருக்கவா போகிறது? 02-01-2022இல் கனடாவில் என் மாமி தனது எண்பத்தியேழாவது (87) வயதில் இறைபதமடைந்தார். இந்தப் பிரபஞ்சத்தின் ஏதோவொரு மூலையில் மின்னும் ஒளித்துளியாக அவ இருப்பாவானால், அவவுக்கு இச்சிறுமலர் என் காணிக்கையாகட்டும்!

இந்நூலை நான் தயாரிக்க வேண்டுமென எனக்குள் முடிவெடுத்துக்கொண்டபோது, நான் ஏற்கெனவே என் நினைவுகளிற்குள் அடுக்கிவைத்திருந்த விடயங்களைத் தவிர, தேவைப்பட்ட சில மேலதிக விடயங்களைக் கேட்டபோது, அவற்றைக் குறிப்புகளாக மாமியிடமிருந்து பெற்று, எனக்கு அனுப்பிவைத்த என் மைத்துனர் மோகனுக்கு என் அன்பும் நன்றிகளும்.

மேலும் இந்நூலில் வரும் குறிப்பிட்ட சில தகவல்களை உறுதிப்படுத்துவதற்கும், தேவைப்பட்ட சில புகைப்படங்களைப் பெற்றுக்கொள்வதற்கும் உதவிய என் துணைவர் இரவீந்திரகுமாரனுக்கும் என் அன்பும் நன்றிகளும்.

இந்நூலுருவாக்கம் பற்றி கே.கே.ராஜாவுடன் தொலைபேசியில் உரையாடியபோது, அதற்கு உற்சாகமளித்து, அதற்கான அட்டைப் படத்தை வரைந்து தருவதற்குச் சம்மதமும்

தெரிவித்து, அதனை அழகாக வரைந்துதந்தும், நூலை அழகுற வடிவமைத்துத் தந்தும் உதவிய கே.கே. ராஜாவுக்கும் என் அன்பும் நன்றிகளும்.

மேலும் நூலின் எழுத்து நுணுக்கங்களைச் சரி பார்த்து, அவற்றைச் சீரமைக்க உதவிய பத்மநாப ஐயருக்கும் என் அன்பும் நன்றிகளும்.

இதனை அழகாக அச்சிட்டுத்தந்த காலச்சுவடு பதிப்பகத்தினருக்கும் என் மனமார்ந்த நன்றிகள்.

27-02-2022 சந்திரா இரவீந்திரன்
இங்கிலாந்து

நானும் மாமியும்

2015இல் நானும் மாமியும்

முதன்முதலாக என் மாமியை நேரில் கண்ட தருணம் எனக்கு இப்போதும் நன்றாக ஞாபக மிருக்கிறது. அன்றைக்கு என் பதிவுத் திருமண வைபவம் நிகழ்ந்துகொண்டிருந்தது. 1988ஆம் ஆண்டு ஒக்டோபர் மாதம், ஒரு சனிக்கிழமை நாள் அது.

தமிழர் பகுதியெங்கும் போரும், உயிரிழப்பு களுமாயிருந்த காலம் அது. நாங்கள் குடியிருக்கும் வீட்டைச் சுற்றியே ஒரு பென்னம்பெரிய இந்திய இராணுவ முகாம் இயங்கிக்கொண்டிருந்தது. எப்போது என்ன நடக்கும் என்று தெரியாத பதற்றம் நிறைந்த நாட்கள் அவை!

இப்படியான ஒரு சூழ்நிலையில், நான் எள்ளளவும் எதிர்பார்த்திராத ஒரு தருணத்தில்தான், அந்தப் பதிவுத் திருமண வைபவம் எங்கள் வீட்டில் நடந்துகொண்டிருந்தது. என் எல்லாச் சகோதரங்களும்கூட வந்து கலந்துகொள்ள முடியாத கெடுபிடிச் சூழல் அது. என் உறவினர்கள் யாரும் பருத்தித்துறை யிலிருந்து வர முடியாமல் ஆங்காங்கே ஊரடங்குச் சட்டம் பிறப்பிக்கப்பட்டிருந்தது.

'நல்ல காரியங்களைத் தள்ளிப்போடக் கூடாது' என்பதில் பெண் வீட்டாரும் மாப்பிள்ளை வீட்டாரும் உடன்பட்டி ருந்தார்கள். அதற்கமையப் பதிவுத் திருமண வைபவம், மாப்பிள்ளை வீட்டாரின் குடும்பம், நெருங்கிய உறவினர்கள், பெண் வீட்டாருக்கு நெருக்கமானவர்கள் என ஒரு சிறிய கூட்டத்துடன் எளிமையாகவும் சிறப்பாகவும் நடைபெற்றுக் கொண்டிருந்தது.

மாப்பிள்ளையின் தாயார் என்ற வகையில் மாமியை எங்கள் வீட்டின் நடு மண்டபத்தில், பதிவுத் திருமணம் நடக்கவிருக்கும் பகுதியில், முன்வரிசையில் மேசையின் முன்னால், தரையில் விரிக்கப்பட்டிருந்த பன்பாயில் உட்கார வைத்திருந்தார்கள்.

பதிவாளர் வந்து, திருமண எழுத்து முடிந்த கையோடு, மணமகனும் மணமகளும் 'கேக்' வெட்டிய பின்னர் எல்லோருக்கும் பந்தி பரிமாறப்பட்டது. என் உறவினர்களும் இரண்டு தங்கை களுந்தான் முன்னுக்கு நின்று மாப்பிள்ளை வீட்டாருக்குப் பந்தி பரிமாறிக் கொண்டிருந்தார்கள். இருபத்தைந்துபேர் வரையில் வந்திருந்தார்கள். அவர்களுக்குள் ஒருவராக மாமியும் பந்தியில் சப்பாணி கட்டி அமர்ந்து சாப்பிட்டுக்கொண்டிருந்தார். இடது காலைக் குத்திட்டு, தன் இடது கையினால் அணைத்தபடி, வலதுகாலை மடித்து வைத்துக்கொண்டு, தலையைக் குனிந்து வாழையிலையிலிருக்கும் சோறுகறிகளை மெது மெதுவாகக் குழைத்து, கவளம் கவளமாக உருட்டி, வாயில் போட்டு மென்றுகொண்டிருந்தார்.

எல்லோரும் ஒருவர்க்கொருவர் கதைத்துப் பேசிச் சிரித்தபடியே உணவை அருந்திக்கொண்டிருந்தார்கள். மாமி மட்டும் யாருடனும் எதுவும் பேசாமல் மௌனமாகச் சாப்பிட்டுக் கொண்டிருந்தார். ஆனால் இடையிடையே முகத்தை மட்டும் நிமிர்த்தி, கண்களைச் சுழற்றி எல்லோரையும் நோட்டம் விட்டுவிட்டுத் தன் சாப்பாட்டைத் தொடர்ந்துகொண்டிருந்தார்.

எல்லாப் புதினங்களிற்கு மத்தியிலும் என் கண்கள் மட்டும் அவ்வப்போது அவவைக் கவனித்துக்கொண்டேயிருந்தன.

எல்லோருக்கு மத்தியிலும் அவ மட்டும் ஏனோ ஒரு வித்தியாசமாக எனக்குத் தெரிந்துகொண்டிருந்தார். நான் பார்க்கும் வேளைகளில் அவவின் கண்களும் அடிக்கடி என் பக்கம் வந்து மீள்வதை நான் கவனிக்கத் தவறவில்லை. இருவரது கண்களும் எதிர்பாராமல் சந்திக்கும் வேளைகளில் உடனே தன் முகம் மலர்த்தி, என்னைப் பார்த்து ஒரு புன்சிரிப்பை உதிர்ப்பதும், பின்னர் சாப்பிடுவதும், மீளப் புன்னகை சிந்துவதுமாக இருந்தார்.

சாப்பாடு முடிந்ததும் வெற்றிலை பாக்கு, பலகாரங்கள், பாயாசம் என இனிப்புப் பண்டங்கள் பரிமாறப்பட்டன. மாமியைச் சுற்றிப் பல உறவினர்களும் இருந்தார்கள். எல்லோரும் ஒருவர்க்கொருவர் ஏதேதோ சந்தோசமாகப் பேசிக் கொண்டிருந்தார்கள். அதேவேளை இளம்பெண்கள் பலரும் என்னருகில் வந்தமர்ந்து, என் கைகளைப் பற்றி வாஞ்சையுடன் உரையாடுவதும், பகிடி விடுவதுமாக இருந்தார்கள். ஆனால் மாமி மட்டும் அதுவரைக்கும் எதுவும் பேசவில்லை. சற்றுத்தள்ளி எப்போதும் ஒரு புன்னகையை முகத்தில் தேக்கி வைத்தபடி உட்கார்ந்து வெற்றிலை சாப்பிட்டுக்கொண்டிருந்தார். அவவின் கண்கள்மட்டும் சுழன்று சுழன்று எல்லோரையும் கவனித்துக் கொண்டிருந்தன.

நான் அவவின் அருகில் போய் அமர்ந்திருந்து பேசலாமோ என்று நினைக்கும்போதெல்லாம் யாராவது குறுக்கே வந்து ஏதாவது கதைகள் கேட்டு, என் கவனத்தைத் திசை திருப்பிக் கொண்டேயிருந்தார்கள். ஆனாலும் என்னையறியாமலே என் கண்கள் அடிக்கடி மாமியின் பக்கமும் போய் வந்து கொண்டிருந்ததைத் தடுக்க முடியாமலிருந்தது.

சின்ன உருவம். கறுத்த, மெலிந்த தோற்றம். சிவந்த தடித்த உதடுகள். நெற்றியில் திருநீற்றுக் குறியும் சந்தனமும் இருந்தன. அவவை முதல் தடவை பார்த்தபோது, எங்கள் ஊர் முதலிபேத்தி அம்மன் சிலைதான் ஞாபகத்தில் வந்தது. கண்கள் மட்டும் துருத்திக்கொண்டு அங்குமிங்கும் அலைந்துகொண்டேயிருந்தன. ஊன்றிக் கவனித்தால், அவவின் முகத்தின் ஏதோவொரு தசைப்புள்ளியில் ஒளிந்து கிடக்கும் துயரத்தின் சில துளிகள் அவ்வப்போது உதிரும் சிரிப்பிலும் புன்னகையிலும் தொற்றிக் கிடப்பதாய்த் தோன்றியது.

மாப்பிள்ளை மறுநாளே அபுதாபிக்குப் பயணம் என்பதால் மாப்பிள்ளையுடன் பேசும்படி வற்புறுத்தியும், கிண்டல் பண்ணியும் சில பெண்கள் என்னை இழுத்துவைத்து அட்டகாசம் பண்ணிக்கொண்டிருந்தார்கள். மாப்பிள்ளையுடன் தனியாகக்

கதைப்பதற்கெல்லாம் உகந்த நேரமாக அந்நேரம் இருக்கவில்லை. ஆயினும் தனிமையில் கொஞ்சமேனும் கதைக்க வேண்டுமே என்ற எத்தனங்களும் இல்லாமல் போகவில்லை.

ஒரு அறைக் கதவின் உட்பக்கம் ஓரமாக நின்றிருந்த என்னிடம் அருகில் வந்த மாப்பிள்ளை, தன் பயணம்பற்றி மெதுவாகச் சொல்லும்போது மாமியின் புன்னகை முகமொன்று எங்களை எட்டிப் பார்த்தது எனக்கு இலேசாகத் தெரிந்தது. கண்ணிமைக்கும் கணத்திற்குள் அந்த முகத்தில் ஒளிர்ந்து மறைந்த ஒருவித உற்சாகத்தையும் மகிழ்ச்சியையும் கண்டு நான் எனக்குள்ளாகவே அதிசயித்தேன்.

அவ்வளவுதான். திடீரென்று அவர்களை ஏற்றிச் செல்வதற்கான சொகுசு பஸ் வந்துவிட்டது என்று யாரோ அறிவித்தார்கள். மறுகணமே விடைபெற்றுக்கொண்டு எல்லோரும் ஓடிப்போய் பஸ்ஸில் ஏறத் தொடங்கினார்கள்.

மாமி மெது மெதுவாகத் தயங்கித் தயங்கி என் அருகில் வந்தார். என் கையைப் பற்றிப் பிடித்தார். அவவின் சேலையிலிருந்து சந்தன வாசனை வீசியது. முகம் மலர்ந்த புன்னகையோடு, தான் விடைபெறப் போவதை இலேசான தலையசைப்பின் மூலம் உணர்த்திவிட்டு என்னிடமிருந்து விடைபெற்றுக்கொண்டு போய்விட்டார்.

எல்லோரும் போன பிறகு வீடு சில கணங்கள் வெறிச்சென்று ஆகிவிட்டது. அந்த அமைதிப் பொழுதில் அம்மாவும் அப்பாவும் பேசிக்கொண்டார்கள்.

"மாப்பிள்ளையின்ரை தாய்க்குத் துப்பரவாகக் காது கேட்காது போலை..."

ஏற்கெனவே என் ஒன்றுவிட்ட அக்கா, எப்பொழுதோ ஒருதடவை சாடைமாடையாக அதுபற்றிச் சொன்னது, அப்போதுதான் எனக்கு ஞாபகம் வந்தது. ஆனால் அது இந்தளவுக்கு மாமியை மௌனமாகவே ஆக்கி வைத்திருக்குமென்று நான் எதிர்பார்த்திருக்கவில்லை.

'அப்படியானால் அவவோடு இனி நான் எப்படிப் பேசுவது?' என்ற கேள்வி எனக்குள் அடிக்கடி எழுந்துகொண்டேயிருந்தது.

மறுநாள் மறுபடியும் மாப்பிள்ளை எமது வீட்டுக்கு வந்தார். ஆறுதலாக நிறையப் பேசினார். அன்றிரவே கொழும்பு புறப்படுவதாகவும், தன் வேலையைத் தொடர்வதற்காக மறுநாள் அபுதாபிக்குப் பயணமாக இருப்பதாகவும் சொன்னார்.

அன்றிலிருந்து பின்னர் அடுத்தவருடம் என்திருமண வைபவம் நிகழும் வரைக்குமான அந்தக் கால இடைவெளிக்குள்தான், மாமியோடு நான் நெருங்கிப் பழகுவதற்கும், அவவைப் புரிந்துகொள்வதற்கும், அவவோடு உரையாடுவதற்குமான வாய்ப்பு எனக்குக் கிடைத்தது.

அப்போது யாழ். செயலகத்தில் நான் வேலை பார்த்துக்கொண்டிருந்தேன். ஒவ்வொரு வார இறுதி நாளும் மாமியைச் சந்திப்பதற்காக என் சைக்கிளை எடுத்துக்கொண்டு அவர்களது வீட்டுப் பக்கம் போய்விடுவேன். சம்பிரதாய முறைப்படி தாலிகட்டி, திருமணம் நடைபெற்று, நானும் கணவரும் இணைந்து இல்லற வாழ்க்கை நடாத்துவதற்கு முன்னரே, என் மாமியோடு பேசியதும் பழகியதும்தான் அதிகம்.

அவர்களது குடும்பத்தைப்பற்றி, சகோதரங்களைப்பற்றி, ஊரைப்பற்றி, உறவுகளைப்பற்றி என்று என் கணவருக்கே தெரியாத பல விடயங்களை, பல சம்பவங்களை நான் மாமிமூலமாக எப்பொழுதோ அறிந்து விட்டேன் என்பதைப் பின்னாளில் அவர் அறிந்தபோது அவருக்கே அது வியப்புத்தான்.

அவ தன் வாழ்வின் பெரும்பாலான பகுதிகளை ஒவ்வொரு சந்தர்ப்பங்களில், ஒவ்வொரு காரணங்களிற்காக, ஒவ்வொரு கோணத்தில் என்னிடம் சொல்லியிருக்கிறார் என்பதும், தன் வாழ்வின் மறக்க முடியாத சில தருணங்களை அவ்வப்போது என்னோடு பகிர்வதில் தனக்குக் கிடைக்கும் ஒருவகை சந்தோசத்திற்காகவும் சொல்லியிருக்கிறார் என்பதையும் பின்னாட்களில் நான் புரிந்துகொண்டபோது எனக்குள் நெகிழ்ச்சியாகவும் இருந்தது.

'மக்களைப் பெற்ற மகராசி' என்று பிள்ளைகளைப் பெற்றெடுத்த ஒரு தாயைச் சொல்வார்கள். நான் 'ஒரு நல்ல மாமியைப் பெற்ற மகராசி' என்று எனக்குள்ளேயே நினைத்துக்கொள்வேன். அவவோடு பேசிய, பழகிய அந்த இனிமையான நாட்கள் இப்பொழுதும் அழியாமல் உதிரி உதிரியான காட்சிப் படிமங்களாய் என் மனதினுள் பதிந்து கிடக்கின்றன.

அப்போது யாழ்ப்பாணத்தில் அப்பாவின் புகையிரத நிலைய அதிபருக்கான உத்தியோக வதிவிட பங்களாவில்தான் நாங்கள் குடியிருந்தோம். அது யாழ் மத்திய நகரை அண்டி அமைந்திருந்தது. எங்களின் சொந்த ஊரான பருத்தித்துறையில் பலத்த இராணுவக் கெடுபிடிகள். என் தம்பியர்கள் விடுதலைப் போராளிகளாக இயங்கிக்கொண்டிருந்ததால் எமக்கு

இராணுவத்தினரால் அல்லும்பகலும் நிறைய இடைஞ்சல்கள் ஏற்பட்டுக்கொண்டேயிருந்தன. அவற்றைத் தாங்கமுடியாத ஒரு தருணத்தில்தான் சொந்த வீட்டை விட்டுவிட்டு, யாழ்ப்பாணம் வந்து அப்பாவுடனேயே தங்கி விட்டோம்.

மாமியின் வீடு யாழ்ப்பாணத்திலிருந்து சற்றுத் தள்ளி இருபாலையில், கட்டப்பிராய் என்ற ஊரில் இருக்கிறது. அது நாங்கள் குடியிருக்கும் பங்களாவிலிருந்து நான்கு மைல்கள் தூரம் வரும். பதிவுத் திருமணம் முடிந்த பின்னர் நான் ஒவ்வொரு வார இறுதிநாளும் அவவிடம் போய்வருவதற்கான அடுக்குகளை வாரத் தொடக்கத்திலேயே ஆரம்பித்துவிடுவேன். போகும்போது கொண்டுபோக வேண்டியவற்றை எடுத்து என் அறைக்குள் ஒருபுறத்தில் அடுக்கிவைக்கத் தொடங்கிவிடுவேன்.

அநேகமாகச் சனிக்கிழமை பின்னேரம் சைக்கிளை எடுத்துக்கொண்டு மாமியின் வீடு நோக்கிப் புறப்பட்டால், பின்னர் வீடு திரும்பப் பொழுது சாய்ந்துவிடும். போகும்போது அம்மா செய்து தரும், இனிப்புப் பலகாரங்கள், பங்களாவின் வளவில் குலை போட்டு நிற்கும் இரதை வாழைப்பழங்கள், சொக்கலேற்றுகள் என்று எதையாவது எடுத்துக்கொண்டு புறப்படுவேன்.

ஸ்ரான்லி வீதியின் கிழக்குப்புற எல்லையைத் தொட்டுக்கொண்டு செல்லும் ராசாவின் தோட்டம் வீதியில் ஏறி, அந்த வழியாகத்தான் எப்போதும் கட்டப்பிராய் செல்வேன். சனிக்கிழமை பின்னேரங்களில் வீட்டு முற்றத்தை விட்டு நான் சைக்கிளோடு தெருவுக்கு வரும்போதே முன்வீட்டு நவரட்ணம் அண்ணைக்குத் தெரிந்துவிடும் எங்கு புறப்படுகிறேன் என்று; தலையை அசைத்துச் சிரிப்பார். அருகில் வழமைபோலவே நிறைமாத வயிறைத் தள்ளிக்கொண்டு நிற்கும் அவரின் மனைவியும் வெற்றிலை வாய் விரிய என்னைப் பார்த்துச் சிரித்துக்கொண்டு நிற்பா.

என் பதிவுத் திருமண வைபவம் நடந்து முடிந்ததிலிருந்து அவர்களின் சிரிப்பிலும், கண்ணசைப்புகளிலும் கொஞ்சம் குறும்புத்தனம் கூடித்தானிருக்கிறது என்று மனதிற்குள் நினைத்துக்கொண்டே புறப்படுவேன்.

ராசாவின் தோட்டம் வீதிச் சந்தியில் சைக்கிளை இடதுபுறம் திருப்பும்போது வரும் முதலாவது ஒழுங்கை வாசலில் என் நண்பி செல்வி அநேகமாகப் புசுபுசுவென்ற சுருட்டை முடியோடு, தெத்திப் பல்லைக் காட்டிச் சிரித்தபடி நிற்பாள். வீதியிலிருந்து உள்ளிறங்கும் அந்தக் குட்டி ஒழுங்கைக்கு முற்றுப்புள்ளி போட்டு வைத்திருப்பது அவளின் அழகான மாடி வீடு. அவள்

தன் அம்மாவுடன் இருந்த பள்ளிக் காலத்தில், அருகிலிருக்கும் அவர்களது காணியையே ஒருவர் விலைக்கு வாங்கி, அவர்கள் பார்த்துக்கொண்டிருக்கவே அதற்குள் ஒரு மாடி வீட்டைக் கட்டி, கடைசியில் அவளையும் விரும்பிக் கட்டிக்கொண்டு இப்போது ராசா மாதிரி வாழ்ந்து வருகிறார். அதுதான் அவளின் கணவர்! எல்லாம் திடும் திடுமென்று நடந்து முடிந்துவிட்டது என்று அவள் என்னிடம் கதை கதையாகச் சொல்லியிருக்கிறாள்.

அவள் சொன்ன கதைகளைக் கேட்டதிலிருந்து அவளின் கணவரை நான் ஒருதடவையேனும் காண வேண்டும் என்று எப்போதும் மனம் அவாக்கொள்ளும். ஆனாலும் இப்பவரைக்கும் அவளின் கணவரை நான் ஒருபோதும் கண்டதில்லை. அவர் அத்தனை பிஸியான ஆள் என்று பெருமையாகச் சொல்வாள் அவள். யாழ்ப்பாணத்தின் முக்கிய நகர்ப் பகுதியொன்றில் அவர் கடை நடத்துகிறார். இப்போது அந்தக் குட்டி ஒழுங்கைக்கே அவள்தான் மகாராணி என்ற மாதிரி எப்போதும் அதன் வாயிலில் வேடிக்கை பார்த்தபடி நின்றுகொண்டிருப்பாள். அந்த ஊர்ச் சிறிசுகளும் இளசுகளும் எந்நேரமும் அவளைச் சுற்றி நிற்பார்கள். அந்த ஒழுங்கைச் சந்தியைக் கடக்கும்போதெல்லாம் கூத்தும் கும்மாளமுமாகக் கீச்சு மாச்சென்று சத்தங்கள் கேட்டபடியிருக்கும்.

அவள் தூரத்திலேயே என்னைக் கண்டதும் தெத்திப் பல் தெரியச் சிரிக்கத் தொடங்கிவிடுவாள். நான் அவளை நெருங்கும்போது சைக்கிளின் வேகத்தை மெதுவாகக் குறைப்பேன். அவள் என்னை மறித்து ஏதாவது கதைகள் சொல்லத் தலைப் படுவாள்.

“மாமி வீட்டுக்குப் போறனடி. மினக்கெட்டால் திரும்பி வர இருண்டு போயிடும். பிறகு ஆறுதலாகக் கதைக்கிறனடி” என்றபடி சைக்கிளில் ஒரு காலும், தரையில் ஒரு காலுமாக ஊர்ந்தபடி பரபரத்துக்கொண்டு நிற்பேன்.

“ஙா ... சரி சரி போயிட்டு வா. மனுசனை வளைக்க முதல், மாமியை வளைச்சுப் போட்டிடு. பிறகு முற்றும் சுகம்.” அவள் சிரித்தவாறே பகிடியாகக் கத்திச் சொல்லுவாள். நான் பதிலுக்குக் கையைக் காட்டிவிட்டு சைக்கிளை உழக்கத் தொடங்கிவிடுவேன். திரும்பிப் பார்த்தால் அவள் அதிலேயே சிரித்துக்கொண்டு நிற்பது தெரியும்.

அப்படியே ராசாவின்தோட்டம் வீதி கடந்து, நாவலர் வீதிக்கு ஏறி, பின் வைமன்ஸ் வீதிவழியாகப் போய், நல்லூர்க் கந்தசுவாமிக் கோயிலடிச் சந்தியில் திரும்பும்போது முருகனின் தெற்கு வீதிப் பக்கமாகத் தெரியும் கோபுரத்தைப் பார்த்து

மனதிற்குள் வணங்கியபடியே, பருத்தித்துறை பிரதான வீதியில் சைக்கிளை உழக்குவேன். கோயிலுக்கு முன்னால் விரிந்து செல்லும் தெருவில் இருபுறமுமிருக்கும் கடைகள் சனங்களால் நிறைந்து வழிந்தபடி கிடக்கும். நான் ஒருவாறு அவற்றைக் கடந்து முத்திரைச் சந்தியடிக்கு வந்துவிடுவேன்.

முத்திரைச் சந்தியில் ஒரு வாளைக் கையில் ஏந்தியபடி குதிரையில் வீற்றிருக்கும் சங்கிலிய மன்னனின் சிலை. அதனைக் கடந்தால் சங்கிலியன் தோப்பு, யமுனை ஏரிப்பகுதி, அதையும் கடந்தால் சங்கிலியன் பரம்பரையினரின் வழிபாட்டுத் தலங்களில் ஒன்றான சட்டநாதர் கோயிலடி, கல்வியங்காடு என்று தொடராக அவை போய்க்கொண்டேயிருக்கும்.

அது யாழ்ப்பாணம் - பருத்தித்துறை பிரதான வீதி என்பதால் பேருந்துகளும் வாகனங்களும் ‘உய்ங் ... உய்ங் ...’ என்ற ஓசையுடன் காற்றையும் புகையையும் அடித்துத்தள்ளியபடி என்னைக் கடந்து போய்க்கொண்டேயிருக்கும்.

கல்வியங்காடு மூன்றாம் கட்டையடியைத் தாண்டியதும் தூரத்தில் ஒரு குளக்கட்டுத் தெரியும். அதனை ‘வண்ணான் குளம்’ என்பார்கள். அந்தக் குளக்கட்டினை கண்டதுமே நான் திரும்ப வேண்டிய குளுக்கண்டி ஒழுங்கைச் சந்தி வந்துவிட்டது என்று மனதிற்குள் கணித்துக்கொள்வேன். அந்த ஒழுங்கைச் சந்தியிலிருக்கும் ஒற்றை மாடிக் கட்டடத்தின் கீழ்ப்பகுதியில் இரண்டு கடைகள் எந்நேரமும் ஆளரவத்துடன் பரபரப்பாக இயங்கிக்கொண்டிருக்கும். கடையின் முன்புறமிருக்கும் சீமென்ற் திண்ணையில் எப்போதும் யாராவது இருவர் தூணோடு சாய்ந்தமர்ந்து சத்தமாகப் பேசிக்கொண்டிருப்பார்கள்.

எனது சைக்கிள் குளுக்கண்டி ஒழுங்கைச் சந்தியை அண்மித்ததும், தூணோடு சாய்ந்தமர்ந்து பேசிக்கொண்டிருப்பவர்களின் சத்தம் சடாரென்று நின்றுவிடும். கடை வாசலில் நிற்பவர்களின் கண்கள் என் சைக்கிளின் பக்கம் திரும்பியிருக்கும்.

அதுவரை எனக்குள் ஓடிக்கொண்டிருந்த ஏகாந்தக் கனவுகளெல்லாம் மளமளவென்று கலைந்து போய்விட, நான் அடுத்தகட்ட விசயத்துக்காகத் தயாராகிவிடுவேன். மணலும் கற்களும் கலந்த ஒழுங்கையாக அது நீண்டுகொண்டு போகும். ஒழுங்கை வளைந்து இடதுபுறம் திரும்பியதும் தூரத்தில் பச்சைப்பசேலென்று தெரியும் தென்னந் தோப்பினை ஒட்டித்தான் மாமியின் வீடு இருந்தது. அங்கு அவவோடு இரண்டு பெண்பிள்ளைகளும், ஒரு மகனும் இருந்தார்கள்.

மிகுதி எல்லாப் பிள்ளைகளும் வெவ்வேறு நாடுகளில் அப்போது வாழ்ந்துகொண்டிருந்தார்கள். அவவோடு இருக்கும் பெண்பிள்ளைகளில் ஒருவர் திருமணமாகி, இரண்டு குழந்தைகள் இருந்தார்கள். மாமிக்கு அந்தக் குழந்தைகளுடனேயே அநேகமான பொழுதுகள் கழிந்துபோகுமெனக் கதைவாக்கில் அவ சொல்லக் கேட்டிருக்கிறேன்.

வீட்டின் 'கேற் வாயிலில் எனது சைக்கிள் வந்து நிற்கும் போதே மாமி வெளிவிறாந்தாவிற்கு வந்துவிடுவார். நான் உள்ளே நீண்ட முற்றத்தில் நடந்து, சைக்கிளை ஓரமாக நிறுத்தி, ஸ்ராண்ட் போடுகிற வரைக்கும் ஒரு புன்னகையோடு பார்த்துக்கொண்டு நிற்பார்.

"வாருங்கோ" என்று கையைப் பிடித்து என்னை உள்ளே அழைத்துப் போவார். மைத்துனிமார் ஓடிவந்து தமது முகத்தை ஒருதடவை காட்டி, ஒவ்வொரு வார்த்தைகளையும் பிய்த்துப் பிய்த்துக் கூச்சத்தோடு பேசிவிட்டு, தேநீர் உபசாரங்கள் செய்து கொண்டிருப்பார்கள். மாமி என்னைத் தன்னருகில் கதிரையில் அமரச் செய்துவிடுவார். வழமையான சுகநலங்கள், குசலங்கள் விசாரித்த பின்னர் மெல்ல மெல்லக் கதைகள் சொல்லத் தொடங்கிவிடுவார்.

இடையிடையே பிள்ளைகளை அழைத்து, "பலகாரத்தைக் கொண்டுவா. மாம்பழம் எடுத்து வா ... வாழைப்பழம் கொண்டு வா" என்று எதையாவது கொண்டுவரவைத்து அவற்றை எனக்குப் பரிமாறியவாறே பேசிக்கொண்டிருப்பார்.

நான் வீடு திரும்புவதற்குள் ஆயிரம் கதைகளை அவ எனக்குச் சொல்லிவிடுவார். தன் சிவந்த தடித்த உதடுகளைச் சுழித்து, நெளித்து, கதைகளிற்குரிய காலங்களை தனக்குள் ரசித்தபடியே அவ சொல்லும் விதம் அலாதியாக இருக்கும். எல்லாம் அவவின் வாழ்க்கையில் நிகழ்ந்த, அல்லது நிகழ்ந்துகொண்டிருக்கிற சம்பவங்களின் துண்டுகளாகவும் சின்னச் சின்னக் கோர்வைகளாகவும் இருக்கும். நான் ஒவ்வொருமுறை வரும்போதும் மாமி சொல்லும் கதைகளை, பின்னிப் பின்னி நீண்ட கோர்வைகளாக்கி எனக்குள் நானே தொகுத்து வைத்திருப்பேன்.

மாமி கதைகளைச் சொல்லும்போது அவை அவவின் மனதிற்குள் ஏற்படுத்திவிட்டிருக்கும் தாக்கங்கள், அவவின் குரலிலும் மெதுவாக இழையோடும். சந்தோசம், துக்கம், விரக்தி, குதூகலம், கூச்சம், பெருமை என எல்லா உணர்வுகளையும் ஒரு துடிப்பான பள்ளிச் சிறுமியின் முகபாவங்களுடன் ஆங்காங்கே வெளிப்படுத்திக்கொண்டிருப்பார்.

முதன் முதலாக நான் என்னை மறந்து மாமியிடம் எதைப் பற்றியோ விசாரிக்கும்போதுதான், தனக்குக் காது கேட்காது என்பதை எனக்கு நேரடியாகவும் சற்றுக் கவலையோடும் சொன்னா. அவ அதனைச் சொன்ன விதமும், சொன்ன பின்னர் சில விநாடிகள் தலையைக் குனிந்துகொண்டு மௌனமாக அமர்ந்திருந்த விதமும், ஒருவித பரிதாபத்தையும் கவலையையும் எனக்குள் ஏற்படுத்தியது. ஆனால் அடுத்த நிமிடமே சட்டென்று யாவும் கலைந்துபோக, அவ பழையபடி உற்சாக நிலைக்கு வந்துவிட்டார்.

அதன் பின்னர் அவ சொல்வதை மட்டுமே நான் அநேகமாகக் கேட்டுக்கொண்டிருக்கவும் அவற்றிற்குரிய உணர்வலைகளை என் முகத்தில் அவ்வப்போது காட்டிக்கொள்ளவும் பழகிக்கொண்டுவிட்டேன். அது அவவுக்கு என்மீது மிகுந்த திருப்தியையும் மகிழ்ச்சியையும் ஏற்படுத்தியிருக்க வேண்டும். என்னோடு பேசுவதில் அவவிற்கிருக்கும் ஆவலை எப்போதும் ஏதோவிதத்தில் அவ எனக்குத் தெரியப்படுத்திக்கொண்டே யிருந்தா.

வேறொரு நாள், வேறொரு தருணத்தில், குழந்தைகளைப் பிரசவித்திருந்த ஏதோவொரு சமயத்தில்தான், தனது செவிப்புலன் போயிருக்க வேண்டும் என்று ஏதோவிதமாக எனக்குத் தெரியப்படுத்தினார். அது எப்படி, சரியாக எந்தத் தருணத்தில் என்று கேட்க வேண்டுமென்று எப்போதும் நினைப்பேன். சிலசமயம் கேட்டுமிருக்கிறேன். ஆனால் அதற்கான சரியான பதிலை, தெளிவாக என்னால் எப்போதுமே அவவிடமிருந்து பெற்றுக்கொள்ள முடியவில்லை.

அவ கதைகள் சொல்லும்போதெல்லாம் அவை தொடர்பாக என்னால் குறுக்குக் கேள்விகளெதுவும் எப்போதும் கேட்க முடிவதில்லை. அவவோடு கதைப்பதற்கெல்லாம் ஒரு தனித்திறன் வேண்டும் என்பதை போகப்போகத்தான் நான் புரிந்துகொண்டேன். ஓசை வராமல் வாயை மட்டும் அசைத்து, தெளிவான உச்சரிப்பைக் காட்டி, மௌனமாகப் பேச வேண்டும். கதைப்பவரின் கண்களையும் உதடுகளையும் முக பாவத்தையும் வைத்து, ஒரு சரித்திரத்தையே விளங்கிக்கொள்ளும் திறன் அவவிடமிருந்தது. அவவுக்கு அதனை விளக்கும் திறன், அவவின் பிள்ளைகளுக்கு இருந்தது. பிள்ளைகளும் அவவும் விறுவிறுவென வேகமாக உரையாடும்போது நான் திணறி விடுவேன். அது அவர்களுக்கு இருபது இருபத்தைந்து வருடப் பழக்கம் என்று சொல்வார்கள்.

அவர்கள் அவவோடு கதைக்கும்போதெல்லாம் கைகளை மெதுவாக அசைத்து, ஓசைகளேதுமின்றி, உதடுகளை மட்டும் சுழித்து வளைத்து ஏதோவொரு பரிபாஷையில் பேசிக்கொள்வார்கள். அவர்கள் பேசும் முறையைப் பார்க்கும்போது எனக்கு யோசனையாக இருக்கும். இந்தப் பரிபாஷையை நான் எப்படிக் கற்றுக்கொள்ளப் போகிறேன் என்ற ஒருவித பயமும் மலைப்பும் மனதிற்குள் அவ்வப்போது தோன்றும்.

பிறகொரு நாள், தன் பிள்ளைகளைப்பற்றி ஒவ்வொருவராக அறிமுகப்படுத்தி, அவர்களைப் பற்றியெல்லாம் எனக்குச் சொல்லிக்கொண்டிருந்தார். எனது கணவராகியிருக்கும் அவவின் மூத்த மகன்பற்றி நிறையவே எனக்குச் சொல்லுவார். சிறுவயதில் அவரின் குறும்புகளும் குழப்படிகளும்பற்றிச் சிரித்து அனுபவித்தவாறே சொல்லுவார்.

“குடும்பத்திலை நல்ல கவனம் அவனுக்கு. சரியான பொறுப்பு. தகப்பன் போன பிறகு அவன்தானே மூத்த ஆம்பிளைப்பிள்ளை எண்டு எல்லாம் தலையிலை போட்டுச் செய்வான். சின்ன வயசிலையே படிப்பை நிப்பாட்டிப்போட்டுத் துபாய்க்குப் போயிட்டான். குடும்பத்தை அவன்தான் முதலிலை நிமித்தி எடுத்தது.”

நான் மாமியின் முகத்தையே பார்த்துக்கொண்டிருந்தேன். அவவின் குரலில் ஒருவிதப் பெருமையும், இலேசான வலியும் கலந்திருப்பதுபோல் தோன்றியது.

“சரியான கோவக்காரன். கோவம் வந்தால் ஆர் எவரெண்டு பாக்கமாட்டான். முரட்டுத்தனமாகக் கோவிப்பான். தங்கச்சியார் சொல்லாமல் கொள்ளாமல் விரும்பிக் கட்டியிட்டாள் எண்டு சரியான கோவம். அந்தக் கோவத்தை மாத்திறதுக்கு நான் பட்ட பாடு கொஞ்சநஞ்சமில்லை.” மாமி சொல்லிவிட்டு என்னைப் பார்த்தார்.

நான் மௌனமாக யோசித்துக்கொண்டிருந்தேன்.

“சரியான இளகின மனசும் இருக்கு. ஆனால் பொய்யான அன்பு காட்டுற ஆக்களிட்டையும், பொய்யான சிநேகிதப் பெடியளிட்டையும் நம்பி ஏமாந்து போயிடுவான்.”

அதற்கு உதாரணமாக நடந்துமுடிந்த சில சம்பவங் களைச் சின்னச் சின்னக் கதைகளாக எனக்கு அவ்வப்போது விபரித்துச் சொல்லுவார். நான் வாயைப் பிளந்தபடி கேட்டுக் கொண்டிருப்பேன். அது நான் சேர்ந்து வாழப்போகிறவர்பற்றி

எனக்குள்ளாக ஒருவிதப் புரிதலை ஏற்படுத்தி, இணைந்த வாழ்விற்கு என்னைத் தயார்ப்படுத்துவதற்கான அவவின் எத்தனிப்பு என்று எனக்குப் போகப் போக விளங்கியது.

அதுபோலவே தனது மற்றைய பிள்ளைகள் பற்றியும், அவர்களது குணங்கள், வாழ்க்கை முறைகள்பற்றியும் தான் புரிந்துகொண்ட பார்வையில் எனக்கு அறிமுகப்படுத்தி, அவ்வப்போது பல கதை கள் சொல்வா. மாமி சொன்ன கதைகளை வைத்தே நான் அப்போது பழகியிராத, சந்தித்திராத அவவின் குடும்ப உறுப்பினர்களையெல்லாம் எனக்குள் ஒரு சித்திரமாக வரைந்து வைத்திருந்தேன்.

மாமியின் வீட்டோடு ஒட்டியபடியிருக்கும் தென்னந் தோப்பு அப்போது அவர்களது பராமரிப்பிலேயே இருந்தது. அதனை அவ இருபது வருடங்களுக்கு மேலாகக் குத்தகைக்கு எடுத்துப் பார்த்துக்கொண்டிருக்கிறதாகச் சொன்னார். அதைச் சொல்லும் போது அவவின் முகத்தில் பெருமை பொங்கி வழிவதைக் கண்டேன்.

அவர்களது வீட்டின் முன்புற முற்றத்தையும் தென்னந்தோப்பையும் பிரித்துவைத்திருப்பது இரண்டு மூன்று பூவரசமரங்களும், கொஞ்சம் செவ்வரத்தைச் செடிகளும் மட்டுந்தான். அவையும் நான்கு பேர் ஒன்றாக நுழையக்கூடிய இடைவெளிகளில் இருந்தன. அவற்றைத் தவிர வேலியெதுவும் கிடையாது. வீட்டின் பின்புற வளவும் தென்னந் தோப்பும் மட்டும் அறுக்கையான ஒரு வேலியால் பிரித்து அடைக்கப் பட்டிருந்தது.

முன் முற்றத்துக்கு வந்தால், தோப்பின் பக்கமிருந்து காற்றில் தென்னோலைகள் உரசி அலையும் ஓசை கேட்டபடியிருக்கும். அங்கிருந்து தவழ்ந்து வரும் தென்னங் காற்று எந்நேரமும் வீட்டைச் சுற்றித் தவழ்ந்தபடியே இருக்கும். ஒவ்வொரு தென்னையும் குலை குலையாகக் காய்க்கும். அவற்றின் தேங்காய்கள் நல்ல அடப்பமாக இருக்கும்.

“நல்ல இனிப்பான கட்டிப் பால் எடுக்கலாம்” என்று ஒருநாள் கதைவாக்கில் மாமி பெருமை பொங்க அந்தத் தேங்காய்கள் பற்றிச் சொன்னார்.

அந்தத் தென்னந் தோப்பின் வளவிற்குள் ஒரு கிணறும் இருந்தது. அது நல்ல தண்ணீர்க் கிணறு என்று சொல்லுவார். கிணற்றுக்கு அருகில் ஒரு அம்பலவி மாமரமும், சற்றுத் தள்ளி ஒரு வெள்ளைக் கொழும்பும், செம்பாட்டுவகை மாமரமும் நின்றன.

ஒருநாள் அந்த மாமரத்தடிக்கு என்னையும் அழைத்துப் போனார். அம்பலவி மாமரத்தில் மாங்காய்கள் குலை குலையாகக் காய்த்துத் தொங்கிக்கொண்டிருந்தன.

"இதுகள் பழுக்க முதலே அணில்களின்ரை தொல்லை தாங்க முடியிறதில்லை. எல்லாத்தையும் அணில் கொந்திவிடுது." அவ அவற்றை அண்ணாந்து பார்த்தபடி சற்றே கவலையோடு எனக்குச் சொல்லிக்கொண்டிருந்தார்.

மாமரங்களிற்கு இடையில் சில கறிமுருங்கை மரங்கள் நின்றிருந்தன. அவை குலை குலையாகக் காய்த்துத் தொங்கிக் கொண்டிருந்தன. ஒவ்வொரு மரங்களின் காய்களும் ஒவ்வொருவிதமான வடிவத்தில் இருந்தன. ஒரு மரத்தின் காய்கள் கட்டையாக, குண்டுகுண்டாகத் இருந்தன. சில மரத்தின் காய்கள் மெல்லிய நீளம் நீளமான காய்களாக தொங்கின. சில மரங்களின் காய்கள் மெல்லிய பச்சை நிறத்தில் மொளி இல்லாமல் வார்ந்து நெளிந்து தொங்கின. மாமி அவற்றை அண்ணாந்து வேவு பார்ப்பதுபோல் பார்த்துக்கொண்டிருந்தார்.

"இதுகள் ஒவ்வொன்றும் ஒவ்வொரு விதமாகச் சமைக்க வேணும். அப்பதான் ருசியாயிருக்கும்." மெதுவாகச் சொல்லிக் கொண்டிருந்தார்.

"இந்த மரத்தைப் பாருங்கோ. இந்தக் காய்கள்; நல்ல கழிப்பிடிப்பான காய்கள். நல்ல ருசியாயிருக்கும். புட்டோட சாப்பிடுறதுக்கு இந்தக் காய்கள்தான் நாங்கள் பிடுங்கிச் சமைக்கிறது" என்றா. அப்பொழுதே அந்தக் கறியின் சுவை நாக்கில் பட்டது போல் வாயைச் சப்புக்கொட்டி அவ அதனைச் சொன்னார்.

அந்தத் தென்னந் தோப்பை அடுத்து சிறிய வைரவர் கோயில் ஒன்று இருந்தது. அந்தக் கோயிலுக்கு அவவும் குடும்பத்தினரும் அடிக்கடி போய் விளக்கு வைத்து வருவதாகவும் கதைவாக்கில் சொன்னார்.

தனது வீட்டைச் சுற்றியும், தென்னந் தோப்பைச் சுற்றியும் இருக்கும் அயலவர்கள்பற்றி நிறையக் கதைகள் சொல்லிக் கொண்டிருந்தார். அவற்றைச் சொல்லும்போதே எந்த வீட்டுக்காரர் அவவின் மனம் கோணாமல் நடக்கிறார்கள், யார் அவ்வளவு இணக்கமாக நடப்பதில்லை என்பது நன்றாக எனக்கு விளங்கிவிட்டது.

ஒருநாள் நான் அங்கு போயிருந்த சமயம் என்னை இருக்கவைத்துவிட்டு ஒரு கொக்கத் தடியை எடுத்துக்கொண்டு

அந்த அம்பலவி மாமரத்தடிக்கு அவசரமாக ஓடிப்போனார். பின்னர் மாம்பழமும் கையுமாக வீட்டுக்குள் நுழைந்தார். மாமி உள்ளே நுழையும்போதே மாம்பழத்தின் வாசனையும் சேர்ந்து வந்தது.

"எப்படி இவ்வளவு வேகமாகப் போய்ப் பிடுங்கி வந்தீங்கள்?" என்பதுபோல் நான் வியப்போடு அவவைப் பார்த்தேன்.

அவ ஒரு குழந்தைப்பிள்ளையைப் போல் சிரித்தார். "நான் முன்னமே இது முற்றிப் பழுத்திருந்ததைப் பார்த்து வைத்திருந்தனான். நீங்கள் இந்தச் சனிக்கிழமை வருவீங்கஎெண்டு தெரியும். வந்தால் பிடுங்கித் தர வேணுமெண்டு நினைச்சிருந்தன்." அவவின் முகத்தில் குதூகலம் தாண்டவமாடியது.

ஓடிப்போய் ஒரு கத்தி எடுத்துவந்து என்னருகில் அமர்ந்து, மாம்பழத்தின் தோலை மெதுவாகவும் பக்குவமாகவும் சீவத் தொடங்கினார். சதைப் பிடிப்பான ஒரு துண்டை வெட்டி, அதனைச் சாப்பிடும்படி என் கையில் தந்தார். நானும் அதனை வாயில் வைத்துச் சுவைத்தேன்.

"அப்பா!" என்னையறியாமல் கண்களை மெல்ல மூடி அதனைச் சுவைத்தேன். அதன் தித்திப்பும் சுவையும் வார்த்தைகளில் சொல்லிவிட முடியாதது. நாரதர் சிவனிடம் கொண்டுவந்து கொடுத்த மாம்பழம் நிச்சயம் இந்த ரகமாகத்தான் இருக்குமென்று நினைத்தேன். அத்தனை தித்திப்பான மாம்பழத்தைச் சொந்த ஊரைவிட்டு வந்த பிறகு அப்போதுதான் நான் முதல் தடவையாகச் சாப்பிட்டேன்.

"இந்த மாமரம், நாங்கள் இந்த வளவுக்குக் குடியிருக்க வந்தபோது நான்தான் என் கையாலை நட்டது. இப்ப ஆறேழு பருவமாய் காய்ச்சுக்கொண்டிருக்குது." மாமி சொல்லும்போதே அவவிற்குள் பெருமை பொங்கி வழிவது தெரிந்தது.

எனக்கு மாம்பழத்தின் இன்னுமொரு துண்டை வாங்கிச் சாப்பிட வேணும்போல் மனம் பரபரத்துக்கொண்டிருந்தது. அதற்குள் அவவின் பேரக் குழந்தைகள் வந்து அவவின் கையிலிருந்து மாம்பழத் துண்டை எடுத்துச் சாப்பிடத் தொடங்கிவிட்டார்கள்.

அவ்வளவுதான் அத்தோடு மாம்பழக் கதை முடிந்தது.

ஆனால் இப்போதும் 'அம்பலவி' மாம்பழம் என்றால் நான் சுவைத்த அந்த ஒரு துண்டு மாம்பழத்தோடு சேர்த்து என் மாமியின் ஞாபகந்தான் எனக்குள் வரும்.

○

பின்னர் என் திருமணம் முடிந்து சில மாதங்களிலேயே கணவர் மீண்டும் அபுதாபி போய்விட்டார். எங்கள் யாழ்ப்பாண பங்களா இராணுவக் குண்டுவீச்சில் தரை மட்டமாகிவிட்டது!

நான் அன்றைய சனிக்கிழமை நாள் வழமைபோலவே மாமி வீட்டிற்கு வந்திருந்ததால்தான் உயிர் தப்பினேன் என்பதை நினைக்கும்போது இப்போதும் எனக்குப் புல்லரிக்கிறது. வரும்போது என் தங்கையையும் அன்றைக்கு ஏனோ என்னோடு கூட்டி வந்திருந்தேன் என்பதால் அவளும் உயிர் தப்பினாள். அம்மாவும் அப்பாவும் அப்போது மாங்குளம் போயிருந்ததால் அவர்களும் உயிர் தப்பினார்கள். வீட்டில் அப்போது நின்றிருந்த என் அப்பாச்சியும் நூலிழையில் உயிர் தப்பினார். எல்லாமும் இப்போது நினைத்தாலும் நம்பமுடியாத கனவுகள் போலத்தான் இருக்கின்றன.

அதற்குப் பின்னர் வருவது வேறொரு சகாப்தம் என்றே சொல்லலாம்.

●

மாமி சொன்னவை
பால்யம்

யாழ்ப்பாணத்தில் கோப்பாய் என்ற இடத்தில் இருக்கிற இருபாலை என்ற ஊர்தான் நான் பிறந்த இடம்! என்ரை பெயர் மனோன்மணி என்றாலும் எல்லாரும் என்னை 'மணி மணி' என்றுதான் கூப்பிடுவினம்.

இருபாலை என்ற இடம் பல கல்விமான்களைப் பெற்றெடுத்த ஒரு ஊர் என்று என்ரை பள்ளிக் காலங்களில் நான் படித்திருக்கிறன். அது சம்பந்தமாகச், சின்ன வயசில் சில கட்டுரைகளும் வாசித்திருக்கிறன்.

அவர்களில் குறிப்பாக நான் கேள்விப்பட்ட இரண்டு பேரின் பெயர்கள் எனக்கு நன்றாக ஞாபகத்தில் இருக்கிறது. ஒருவர் சேனாதிராச முதலியார். மற்றவர் நெல்லைநாத முதலியார்.

யாழ்ப்பாணத்தில் இலக்கிய இலக்கணங்களிலே திறமை பெற்றிருந்தவர்களில் முக்கியமான ஒருவராக இருந்த சேனாதிராச முதலியார் பிறந்தது (1780இல்)

சந்திரா இரவீந்திரன்

இருபாலை என்கிற இந்தக் கிராமந்தான். இவர் நல்லூர் கந்தசுவாமிக் கடவுளின் பேரில் 'நல்லை வெண்பா' என்ற நூறு செய்யுள்களைக் கொண்ட ஒரு பிரபந்தம் பாடியிருக்கிறார் என்று கேள்விப்பட்டிருக்கிறன். அது மட்டுமல்லாமல் மாவிட்டபுரம் கந்தசுவாமிக் கடவுள் மீதும் ஊஞ்சல் இசையும், நல்லைக் குறவஞ்சியும் பாடியதும் இவர்தான். நல்லைக் குறவஞ்சியில் வரும் ஒரு விருத்தத்தின் சில வரிகள் இப்போதும் எனக்கு ஞாபகம் இருக்கிறது.

"கொடிவளருமணி மாடக் கோபுரஞ் சூழ் நல்லூரிற் குமரமூர்த்தி" என்று அந்தப் பாட்டுத் தொடங்கும். பாடசாலைக்குப் போய்வந்த காலங்களில் அந்தப் பாடல்கள் எனக்கு நினைவில் இருந்தன. இப்போது அவ்வளவாக ஞாபகம் வருகுதில்லை.

சைவத்துக்கும் தமிழுக்கும் அரும்பணியாற்றிய ஆறுமுகநாவலருக்கு சேனாதிராச முதலியார் ஆசிரியராகவும் இருந்திருக்கிறார் என்று அறிந்திருக்கிறேன்.

அதுபோல் இருபாலையில் பிறந்து வாழ்ந்த நெல்லைநாத முதலியாரும் தமிழில் புலமைபெற்றிருந்த பெரிய அறிஞர் என்று கேள்விப்பட்டிருக்கிறன். அபார ஞாபக சக்தி உள்ளவர் அவர் என்றும் சொல்வார்கள்.

இப்படியான அறிஞர்கள் பிறந்த ஒரு ஊரில் நானும் பிறந்திருக்கிறன் என்று நினைக்கும்போது எனக்குப் பெருமையாக இருக்கும். நான் பிறந்த இருபாலை ஊரில் பிரசித்திபெற்ற ஒரு கோயில் 'இருபாலை கற்பக விநாயகர் கோயில்' நான் அங்கு வாழ்ந்துகொண்டிருந்த காலம்வரை இந்தப் பிள்ளையாரிடந்தான் நான் அதிகமாகப் போய்வருவன். நான் சிறு வயதாயிருக்கும் போதிருந்தே என்ரை பெற்றோரும் இந்தக் கற்பகப் பிள்ளையாரைத்தான் வழிபாடு செய்து வந்தவர்கள். இந்தக் கற்பகப் பிள்ளையார் கோவில் தோற்றம்பெற்றதற்கு ஒரு வரலாறும் இருக்கிறது. என் ஐயா அதனை எனக்குச் சொல்லியிருக்கிறார். பிறகு நானும் புத்தகங்களில் வாசித்திருக்கிறன்.

1690ஆம் ஆண்டுக் காலப்பகுதியில் யாழ்ப்பாணக் குடாநாடு போர்த்துக்கேயராலும் ஒல்லாந்தராலும் கைப்பற்றப்பட்டு, மாறி மாறி அவங்களின் ஆட்சிக்குள் தான் இருந்ததாம். அந்தச் சமயந்தான் எங்கடஊர் கற்பகப் பிள்ளையாரின்ரை வரலாறும் ஆரம்பிக்கிறது.

அந்தக் காலத்தில் கடலிலிருந்து வள்ளங்கள் வழியாக அரிசி, நெல் போன்ற தானியங்கள் இறக்குமதி செய்யப்படுவதுண்டாம். இவையெல்லாம் கச்சாய், அலுப்பாந்தி, நாவாந்துறை, கம்மன்கீல்

ஆகிய துறைகளுக்குக் கொண்டுவந்து இறக்குவார்களாம். பிறகு இவற்றிற்குப் பதிலாக இங்கிருந்து புகையிலை, சாயவேர், பனம் பண்டங்கள், கடகம், பெட்டி, பாய், கதிர்ப்பாய் போன்றவற்றை ஏற்றுமதி செய்வார்களாம். இவற்றிற்கெல்லாம் அப்போது யாழ்ப்பாணத்தைக் கைப்பற்றி வைத்திருந்த அந்நியர்கள் எங்கள் சனங்களுக்கே வரி விதிப்பார்களாம்.

பொருட்கள் கொண்டுவந்து இறக்கும் துறையடியை அப்போது 'ரேகு' என்பார்கள். அந்த ரேகுத் துறையடியில் வைத்து என்னென்ன சாமான்கள் கொண்டுவந்திருக்கிறார்கள் என்று பார்த்து அவற்றிற்கு வரி விதிப்பார்களாம். வரி கட்டாமல் பொருட்களை உள்ளே கொண்டுபோக விடமாட்டார்களாம்.

இந்த ஏற்றுமதி இறக்குமதித் தொழில்களில் ஈடுபட்டுக் கொண்டிருந்தது வணிகம் செய்கிற செட்டிமாரும், சோனகருந்தான். இவர்களோடு இருபாலையில் வாழ்ந்துகொண்டிருந்த வேதாரணிய வீரசைவ குலத்தவரான சின்னத்தம்பி ஐயர் என்பவரும் வணிகம் செய்து கொண்டிருந்தாராம். அவருக்குத் திடீரென்று ஒருநாள் ஒரு ஆசை வந்துவிட்டதாம். குறும்பான முகத்தையுடைய ஒரு விநாயகர் சிலையைச் செதுப்பிக்க வேண்டுமென்பதுதான் அந்த ஆசை. அதற்கேற்ப இந்தியாவிலிருந்து அதுபோல் ஒரு சிலையைச் செதுக்கி எடுத்துக்கொண்டாராம். அதனை இனி எப்படி யாழ்ப்பாணத்திற்குக் கொண்டுவரலாம் என்பதில்தான் சிக்கல்.

அந்த நேரம் யாழ். குடாநாட்டைத் தம்வசப்படுத்தி வைத்திருந்த போர்த்துக்கேயருக்கு (பறங்கியருக்கு) தெரியாமல் அதனைக் கொண்டுவருவதற்கு அவர் பல யுக்திகளை மேற்கொண்டார். பிள்ளையாரை ஒரு மூட்டை நெல்லினுள் புதைத்து, அந்த மூட்டையை மூடித் தைத்துவிட்டாராம். சுங்கச் சோதனையில் "மூட்டையினுள் என்ன இருக்கிறது" எனக் கேட்டார்களாம். சின்னத்தம்பி ஐயருக்குப் பொய் பேச வராது. அதனால் "நெல்லும் சில கல்லும் இருக்கிறது" என்று சொன்னாராம். அவர்களும் அதுபற்றி அதிகம் யோசிக்காமல் வரியை அறவிட்டு அனுப்பிவிட்டார்கள்.

அவர் கரையேறும்போதே 'பிள்ளையார் ஒரு காப்பாற்றும் தெய்வம்' என எண்ணி, இதற்காக இந்தப் பிள்ளையாருக்குத் தான் நன்றிக்கடன் செய்ய வேண்டும் என்று யோசித்துக்கொண்டிருந்தாராம். அதன் பயனாக அவரால் பிரதிஷ்டை செய்யப்பட்டு உருவாக்கப்பட்டதே இந்தக் கற்பக விநாயகர் ஆலயம் என்று ஒரு வரலாறு இருக்கிறது. ஆனால் கோயில் உருவாகிவிட்டதை அறிந்த பறங்கியர்கள் அதனை உடைப்பதற்கு

முயற்சி எடுத்திருக்கிறார்கள். அத்தருணம் இந்தப் பிள்ளையார் சிலையைக் கொண்டுபோய்க் கிழக்கு வயல் வெளியிலிருக்கும் குருக்கட்டுக் குளத்திற்குள் ஒரு கிடங்கு தோண்டி, சின்னத்தம்பி ஐயர் அதனை ஒளித்து வைத்துவிட்டாராம்.

அதன் பின்னர் 1696இல் ஒல்லாந்தர் வந்திருந்தபோது அவர்களிடம் அனுமதி கோரியபோது அவர்கள் அதற்கு மறுப்பேதுமின்றி அனுமதி கொடுத்ததும், பிள்ளையார் மீண்டும் அங்கு எழுந்தருளி நிலைகொண்டார் என்று வரலாற்றுக் கதைகள் இருக்கின்றன.

என்ரை ஐயா வழிவழியாக இந்தக் கற்பகப் பிள்ளையாரை வழிபட்டுவந்த கதைகள் பல எனக்குச் சொல்லியிருக்கிறார். ஐயாவின் பூர்வீகம் இருபாலைதான்.

என்ரை அம்மாவின் பூர்வீகம் நெடுந்தீவு என்று சொல்வா. அம்மாவின் தந்தை நெடுந்தீவில் பெயர் பெற்ற விதாணையாக இருந்திருக்கிறார். அம்மாவின் தாயார் வடமராட்சி வல்வெட்டித் துறையைப் பிறப்பிடமாகக் கொண்டவர். ஆனால் அவர்களை நான் கண்டதில்லை. என் அம்மா சொல்லக் கேட்டிருக்கிறேன். ஆனால் என் அம்மாவின் தாயார்வழி உறவினர் ஒருவர், நான் சிறுமியாக இருக்கிற காலத்தில் வல்வெட்டித்துறையிலிருந்து லெரியில் யாழ்ப்பாணம் வந்து போவார். அவரோடு சில சமயங்களில் வல்வெட்டித்துறைக்குப் போய் அவர்களுடைய குடும்பத்தோடும் சில பொழுதுகள் தங்கி நின்றிருக்கிறேன். அப்போது அவர்கள் நல்ல சுவையான எள்ளுப்பாகு தருவார்கள். அதிலிருந்து எண்ணெய் ஒழுகும். அவ்வளவு சுவையாக இருக்கும். அது மட்டும் எனக்கு ஞாபகம் இருக்கிறது.

எனக்கொரு அண்ணர் இருக்கிறார். பெயர் சுப்பிரமணியம். அவருக்கு இரண்டு வயசாக இருக்கும்போதே அவரின் தாயார் ஏதோவொரு நோயினால் காலமாகி விட்டாவாம். அந்த இழப்பு நிகழ்ந்து, சில வருடங்களின் பின்னர், குழந்தையாக இருக்கும் அண்ணரைக் கவனிப்பதற்காகவேனும் மறுமணம் செய்யும்படி உற்றார் உறவினர்கள் என்ரை ஐயாவைக் கேட்டுக் கொண்டதற்கிணங்க, என்ரை ஐயா, என்ரை அம்மாவை மறுமணம் செய்துகொண்டாராம். ஆனாலும் என்ரை அண்ணருக்குப் பதினைந்து வயதாக இருக்கும்போதுதான் நான் (1935இல்) பிறந்தேனாம்.

அதனால் மிகவும் செல்லமாக வளர்ந்தேன். நான் பிறந்ததும் என்ரை அம்மா அழல்வாதம் என்கிற வருத்தம் வந்து மிகவும் கஷ்டப்பட்டுக்கொண்டிருந்ததாகச் சொல்லுவா. அந்த வருத்தம் காரணமாக அம்மா தனது இரண்டு செவிப்புலன்களையும் இழந்து

விட்டாவாம். அவவால் எனக்குத் தாய்ப்பால் ஊட்டவோ, என்னைத்தூக்கிச் சுமக்கவோ முடியாது.தானாக உணவை எடுத்துச் சாப்பிடவும் முடியாது. உடம்பு, கை, கால்கள் எல்லாம் அத்தனை எரிச்சலாக இருக்குமாம். இத்தகைய சிரமங்களோடு அம்மா அந்த வருத்தத்தால் மிகவும் அவஸ்தைப்பட்டுக்கொண்டிருந்ததாக என்ரை ஆச்சி கனக்கக் கதைகள் சொல்லுவா.

என்ரை அம்மாவின் தாயாரை நாங்கள் 'ஆச்சி' என்றுதான் அழைப்போம். அவதான் எனக்கு மாப்பால் ஊட்டி, குளிப்பாட்டி, என்னைப் பக்குவமாகக் கவனித்து வளர்த்தவ. ஆறுமாதங்கள் தொடர்ந்து ஆச்சியின்ரை பராமரிப்பில்தான் நான் வளர்ந்தேனாம்.

அம்மாவின் குழந்தைப்பேற்றைத் தொடர்ந்து ஆறு மாதங்கள் அவவால் எந்த வேலையுமே செய்ய முடியாமல்தான் இருந்தாவாம். அதன்பின்னர்தான் மெல்ல மெல்ல நோயிலிருந்து விடுபட்டு சுயமாக மீண்டும் வீட்டு வேலைகளைச் செய்ய ஆரம்பித்ததாக ஆச்சி சொல்லுவா.

எனக்கு ஐந்து வயசானதும் எங்கள் வீட்டிலிருந்து அரை மைல் தொலைவிலிருக்கும் இருபாலை சாதனா பாடசாலையில்தான் என்ரை ஆரம்பக் கல்வியைக் கற்கத் தொடங்கினேன். முன்னரெல்லாம் ஆரம்பக் கல்வியை 'பாலர் கீழ்ப்பிரிவு' என்றும் 'அரிவரி' வகுப்பென்றும்தான் சொல்லுவினம்.

றோட்டால் (தார் வீதி) நடந்துதான் பாடசாலைக்குப் போய்வர வேணும். வீதியில் வாகனப் போக்குவரத்து அதிகம் என்பதால் தனியாக நான் போய் வருவது பயம் என்று சொல்லி என்ரை ஐயாதான் என்னைக் கூட்டிக்கொண்டுபோய் விடுவார். பாடசாலை முடிந்த பிறகு அயலிலுள்ள பிள்ளைகள் கூட்டிக் கொண்டுவந்து என்னை வீட்டில் விட்டு விட்டுப் போவினம்.

எங்கள் வீட்டுக்குப் பக்கத்தில் ஒரு வாத்தியாரம்மா இருந்தா. அவவை நாங்கள் 'அம்மா வாத்தியார்' என்றுதான் சொல்லுவம். அவவும் நான் படிக்கும் அதே பாடசாலையில்தான் அரிவரி வகுப்பிற்குப் படிப்பித்துக்கொண்டிருந்தா. அவவின்ரை வீட்டில் மாட்டு வண்டில் ஒன்று இருந்தது. அதனை 'ஒற்றைத் திருக்கல் வண்டி' என்று சொல்லுவினம். அவவுக்கு வீட்டு வேலைகள் செய்து கொடுப்பதற்கென்றும் ஒருவர் அங்கு இருப்பார். அவர்தான் அம்மா வாத்தியாரைக் காலையில் மாட்டு வண்டிலில் கொண்டு போய் விட்டு, பாடசாலை முடிய வந்து கூட்டிச் செல்வார்.

எங்கள் வீடு றோட்டுக்கரையோரம்தான் இருக்கிறது. நான் பள்ளிக்குச் செல்வதற்காக வெளிக்கிட்டுப் படலையடியில் நிற்பேன். அம்மா வாத்தியார் என்னைக் கண்டால் வண்டிலை

நிறுத்தச் சொல்லி, என்னையும் தன்னோடு சேர்த்து ஏற்றிக்கொண்டு போவா. பிறகு திரும்பிவரும்போது அருகிலுள்ள வயதுவந்த பிள்ளைகள் வழமைபோல என்னைக் கூட்டிவந்து வீட்டில் விட்டுப் போவினம்.

நான் கீழ்ப்பிரிவில் படிக்கும்போது பிற்காலங்களில் இருந்ததுபோல் சிலேட்டோ பென்சிலோ பாவனையில் இருக்கவில்லை. ஒரு நீளமான மரப்பெட்டியில் மண்ணைப் போட்டுப் பரவி, எல்லா மாணவர்களையும் நிரை நிரையாக வரிசையாக இருத்திவிட்டு அம்மா வாத்தியார் ஒவ்வொருவராகக் கையைப் பிடித்து 'அ ஆ' என்று எழுதிப் பழக்குவா.

பாடசாலையில் மத்தியானச் சாப்பாடாக, அநேகமாக சோறு தருவினம். அப்போதெல்லாம் பாடசாலையிலும் ஒருவர்க்கொருவர் சாதி பார்த்துத்தான் பழகுவினம். சாதி குறைஞ்ச ஆக்கள் என்று சொல்லி, சில மாணவர்களைக் கொஞ்சம் ஒதுக்கி வைத்துத்தான் எல்லோரும் நடாத்துவினம். அதனால் சாதி குறைந்தவர்களது சாப்பாட்டுக் கோப்பைகளை வைக்கிறதுக்குப் புறம்பான ஒரு இடமும், மற்றவர்களுடையதை வைக்கிறதுக்குப் புறம்பான இடமும் அங்கு பிரித்து வைக்கப்பட்டிருந்தது.

மத்தியானம் 12.00 மணிக்கு மணி அடித்ததும் எல்லோரும் ஓடிப்போய் எங்களெங்கள் கோப்பைகளை எடுத்துவந்து சாப்பாட்டை வாங்கிச் சாப்பிடுவோம். பிறகு எல்லோரும் தத்தமது கோப்பைகளைக் கழுவி அதற்குரிய இடத்தில் வைத்துவிடுவோம்.

ஒவ்வொரு மதிய நேரமும் எல்லோரும் ஒன்றாக இருந்து சாப்பிடும்போது எனக்குச் சரியான சந்தோசமாக இருக்கும். சில நாட்களில் சோற்றுக்குப் பதிலாகப் பாணும் வாழைப்பழமும் தருவினம். சிலவேளை பாண் மட்டுமே தனியாகத் தருவினம். பாணைச் சும்மா சாப்பிட முடியாதுதானே. அப்ப பாடசாலை வளவில் கொச்சி மிளகாய் மரங்கள் நின்றன. அதுகள் நன்றாகக் காய்த்திருக்கும். உடனே எல்லாரும் ஓடிப்போய் அடிபட்டு மிளகாய் பிடுங்கிவந்து அதனோடு பாணைச் சேர்த்துச் சாப்பிடுவம். ஆனால் பிறகு வந்த காலங்களில் அப்படியான நிலவரங்கள் இருக்கவில்லை. அதுகளெல்லாம் எங்கட காலத்தோடயே போய்ச்சேர்ந்துவிட்டது.

எனக்கு ஆறு வயசாகும்போது (1941) 'பாலர் மேற்பிரிவில்' படிப்பதற்குப் போகத் தொடங்கினேன். பிறகு வந்த காலங்களில் அந்தப் பிரிவைத்தான் 'முதலாம் வகுப்பு' என்றார்கள். அந்த வகுப்பிற்குப் போகத் தொடங்கிய பிறகுதான் 'சிலேட்'டில் எழுதும் வாய்ப்பு எனக்குக் கிடைத்தது. கொஞ்சம் தவறி விழுந்தால்கூட அது உடைந்து நொறுங்கிவிடும். அதில் எழுதுவதற்குப் பாவிக்கும் பென்சிலும் அதே போலத்தான். விழுந்தால் இரண்டாக

உடைந்துவிடும். கிழமைக்கு ஒருதரமேனும் சிலேட்டும் பென்சிலும் எனக்குப் புதிதாக வாங்க வேண்டியிருக்கும்.

அதற்குப் பிறகு இரண்டாம் வகுப்புக்குள் நான் நுழையும்போது எனக்கு ஏழு வயதாகியிருந்தது. அங்கும் 'சிலேட் பென்சில்'தான் பாவனையில் இருந்தது. கடந்து வந்த மூன்று வகுப்புகளிலும் 'அம்மா வாத்தியார்'தான் எங்களுக்குப் படிப்பித்துக்கொண்டிருந்தா.

நான் இரண்டாம் வகுப்புப் படித்துக்கொண்டிருக்கும்போது (1942 என்று ஞாபகம்) எனக்கு ஏழு வயதிருக்கும். அப்போது நடந்த ஒரு சில மறக்க முடியாத சம்பவங்களை நான் சொல்ல வேணும்.

அந்த நாட்களில் அரசாங்கத்திடமிருந்து பொதுமக்களுக்கான அறிவிப்புகள் ஏதும் வந்தால், அவற்றை கிராமச்சங்கத் தலைவர் பறைமேளம் போட்டு, அதன் வாயிலாக ஊர்மக்களுக்கு அந்த அறிவித்தலைத் தெரியப்படுத்துவார். அதுதான் வழமை.

அப்போதெல்லாம் பறை அடிப்பவரை நாங்கள் 'மூப்பன்' என்றுதான் சொல்லுவோம். மூப்பன் றோட்டால் பறை அடித்துக்கொண்டு வருவார். பறைச் சத்தம் கேட்டதும் சனங்களெல்லாம் றோட்டுக்கு வந்துவிடுவார்கள்.

"என்ன மூப்பன்? என்ன விஷேசம்?" என்று ஊர் மக்கள் கேட்பார்கள்.

"விதாணையார் வீட்டில் (இத்தனையாம் திகதி, இத்தனை மணிக்கு) கூப்பன் கொடுக்கிறார்களாம். பங்கீட்டு அட்டை கொடுக்கிறார்களாம். எல்லோரையும் போய் எடுக்கட்டுமாம். கிராமச்சங்கத் தலைவர் அறிவிக்கிறார்" என்று ஒருவகையான ராகத்துடன் இழுத்திழுத்துச் செய்தியைச் சொல்லிவிட்டு, 'டமால் டமால்' என்று அவர் பறையை அடிப்பார்.

அந்தக் காலத்தில், ஒரு குடும்பத்தில் எத்தனை பேர் இருக்கிறார்களோ அத்தனை பேருக்கும் தனித்தனியாகக் கூப்பன் வழங்குவார்கள். அதனைக்கொண்டுபோய்த்தான் அரிசி, மளிகைச் சாமான்களை நாங்கள் சங்கத்தில் வாங்க வேணும்.

அப்படியொரு நாள் பறைச் சத்தம் கேட்டபோது எல்லோரும் றோட்டுக்கு ஓடிப்போய் "என்ன மூப்பன்? என்ன விஷேசம்?" என்று கேட்டுக்கொண்டு நின்றார்கள்.

"யப்பான்காரர் குண்டுபோட வாறாங்களாம். அதனால் எல்லோரும் பாதுகாப்புக்காக உங்களுங்கள் வளவுகளுக்குள் 'பங்கர்' வெட்டி, பதுங்குவதற்கு ஆயத்தமாக இருக்கட்டுமாம்" என்று சத்தமாகச் சொல்லிவிட்டு பறையை 'டமால் டமால்' என்று அடித்துக்கொண்டிருந்தார்.

வழமையாக சங்கத்தில் சாமான்கள் வாங்குவதற்கான கூப்பன் பங்கீட்டு அட்டைபற்றிச் சொல்ல வரும் மூப்பன் இம்முறை இப்படியொரு பயங்கரமான செய்தியைச் சொன்ன மறுகணமே சனங்களெல்லாம் பயத்தில் அழுதுகுளறத் தொடங்கிவிட்டார்கள். என்ன நடக்கப்போகிறதோ என எல்லோரும் தம்பாட்டில் புலம்பிக்கொண்டு திரிந்தார்கள்.

பண வசதி உள்ளவர்கள் உடனேயே கூலிக்கு ஆட்களைப் பிடித்து 'பங்கர்' கிடங்குகளை வெட்டத் தொடங்கிவிட்டார்கள். ஆனால் பணவசதியற்றவர்கள் என்ன செய்வதென்று தெரியாமல் அரற்றிக்கொண்டு திரிந்தார்கள்.

என்ரை அம்மாவும் ஐயாவும் 'பங்கர்' வெட்ட முடியாமல் அந்தரப்பட்டுக் கொண்டிருந்தார்கள். அதனை வெட்டுவிப்பதற்குரிய பணவசதியோ அல்லது குறைந்த கூலியுடன் செய்வதற்குரிய ஆள் வசதியோ அவர்களுக்கு அப்போது இருக்கவில்லை. தங்களுக்கு என்ன நடந்தாலும் பரவாயில்லை, ஆனால் என்னைக் காப்பாற்றிவிட வேண்டும் என்பதே அவர்களின் முக்கிய நோக்கமாக இருந்தது.

எங்கள் வீட்டிற்குப் பக்கத்து வீட்டிலிருக்கும் சரசக்கா குடும்பத்தினர் நல்ல வசதி படைத்தவர்கள் என்பதால், அவர்கள் கூலிக்கு ஆட்களைப் பிடித்து மறுநாளே 'பங்கர்' வெட்டித் தயாராகிவிட்டார்கள். இதனைக் கவனித்த என்ரை ஐயா, அவர்களிடம் போய் "நாங்கள் போனாலும் பரவாயில்லை. எங்கட பிள்ளையை மட்டும் உங்களோட கூட்டிக்கொண்டு போய் வைத்திருந்து காப்பாற்றி விடுங்கோ" என்று தயைவாகக் கேட்டுக்கொண்டார்.

அவர்களும் ஐயா கேட்டதற்கிணங்க மறுப்பேதும் சொல்லாமல் "நீங்கள் ஒண்டுக்கும் பயப்படாதேங்கோ. யோசிக்காதேங்கோ. நாங்கள் அவவைக் கவனமாகப் பார்த்துக்கொள்ளுறம்" என்று ஐயாவின் மனதைத் தேற்றிவிட்டார்கள்.

ஆனால் ஊர்மக்கள் எல்லோரும் பயந்த மாதிரியப்பான்காரன் அங்கு வரவுமில்லை; குண்டுகளெதுவும் போடவுமில்லை. ஆனாலும் இரண்டு மூன்று மாதங்களாகச் சனங்களெல்லாம் அதே பயப் பீதியுடன்தான் உலவிக்கொண்டிருந்தார்கள். அதன் பின்னர் வந்த மழைக் காலத்தில் எல்லோரது 'பங்கர்'களுக்குள்ளும் மழைவெள்ளம் நிரம்பி, வீட்டு வளவுகளெல்லாம் வெள்ளத்தால் நிறைந்துவிட்டன. இதனால் அந்நேரம் ஊரில் நுளம்புத் தொல்லைகளும் அதிகரித்துவிட்டன.

சாதாரணமாக ஆகாசக் கப்பல் (பிளேன்) வரும் சத்தம் கேட்டாலே சனங்களெல்லாம் பயத்தில் நடுங்கத் தொடங்கிவிடுவார்கள். ஆனால் யப்பான்காரரால் குண்டுவீசப்பட்டு அழிவுகள் ஏதும் எங்கள் நாட்டில் ஏற்பட்டதாக நான் எப்போதும் அறியவில்லை. பின்னர் மெல்ல மெல்ல அப்படியே அந்த நிலை மறைந்துபோய்விட்டது. சனங்களும் அதனை மறக்கத் தொடங்கிவிட்டார்கள்.

1943இல் எனக்கு எட்டு வயது நடக்கும்போது பள்ளியில் நான் மூன்றாம் வகுப்பிற்குள் நுழைந்துவிட்டேன். அப்போதுதான் கொப்பி, லெட் பென்சில் ஆகியவற்றைப் பாவிக்கத் தொடங்கினோம். மூன்றாம் வகுப்பிற்கு வந்த பின்னர்தான், தனியாக எமக்கென்று ஒரு வாத்தியார் படிப்பிக்கத் தொடங்கினார். எமக்குப் படிப்பித்துக்கொண்டிருந்த வாத்தியார் சரியான பொல்லாதவர். சின்னச் சின்ன பிழைகளுக்காகவும் கையை நீட்டச் சொல்லிப்போட்டு ஒரு பிரம்பால் மளமளவென்று அடிப்பார். அதற்காகச் சிலரை மேசைக்குக் கீழே குனிந்து நிற்கும்படி சொல்லிவிட்டு, அவர்களது குண்டியில் மளமளவென்று அடிப்பார். அவரைக் கண்டால் எங்கள் வகுப்பில் எல்லோருக்கும் சரியான பயம். ஆனாலும் நான் ஒருநாளும் அவரிடம் அடி வாங்கியதில்லை.

வாத்தியார் கரும்பலகையில் கணக்கு எழுதிக் கொண்டிருப்பார். அவர் எழுதி முடித்ததும் அதற்கான விடைகளை எழுதி, முதல் ஆளாகக் கொப்பியைக் கொண்டுபோய் அவரின் மேசையில் எப்போதும் நான் வைத்துவிடுவேன். பின்னர் எல்லோரும் எழுதிய விடைகளில் அவர் பிழை சரிபார்ப்பார். ஆனால் என்னுடைய விடைகளில் எதுவிதப் பிழைகளும் எப்போதும் இருக்காது.

புத்தகத்திலிருக்கும் பாடத்தை வாசிக்கும்படி என்னைப் பணிப்பார். ஒரு பிழையும் விடாமல் வாசிப்பேன். படித்த பாடங்களில் வீட்டுப் பாட வேலைகள் தந்துவிட்டால் எல்லாம் சரியாக எழுதி, அடுத்த நாள் காலை பாடசாலை வந்ததும் வாத்தியின் மேசையில் என் கொப்பியைக் கொண்டுபோய் வழமைபோல வைத்துவிடுவேன். ஆனால் சில மாணவர்கள் அப்படிச் செய்வதில்லை. ஒழுங்காக வீட்டுப் பாட வேலை செய்யமாட்டார்கள்.

பாடசாலைக்கு ஒருபோதும் நான் போகாமல் நின்றதில்லை. மழை என்றால் அல்லது ஏதாவது உடல்நிலை சரியில்லையென்றால் வீட்டில் போக வேண்டாமென்று அம்மாவும் ஐயாவும்

மறிப்பார்கள். ஆனால் நிற்கமாட்டேன். அழுது குளறி என்றாலும் பாடசாலைக்குப் போய்விடுவேன்.

ஒன்பது மணிக்குப் பாடசாலை ஆரம்பமென்றால் காலை ஏழு மணிக்கே நான் அங்கு போய்விடுவேன். வகுப்பில் எப்போதும் அமைதியாக இருப்பேன். சத்தம் போட்டு மற்றைய பிள்ளைகளைத் தட்டி விளையாடிக்கொண்டெல்லாம் இருக்கமாட்டேன். எனக்கது ஒருபோதும் பிடிக்காது. இதனால் அநேகமான எல்லா ஆசிரியர்களுக்கும் என்னில் சரியான விருப்பம்.

சிலவேளைகளில் ஆசிரியர்கள் வகுப்பிற்குள் வரும்போது மற்றைய மாணவர்கள் சத்தம் போட்டுக்கொண்டிருந்தால் அவர்களைக் கூப்பிட்டு “அந்தப் பிள்ளையைப் பாருங்கோ, எவ்வளவு அமைதியாக இருக்கிறா. அவவைப் பார்த்து நீங்களும் அமைதியாக இருக்கப் பழகுங்கோ” என்று என்னை உதாரணமாகச் சுட்டிக்காட்டிக் கூறுவார்கள். எனக்கது வலு சந்தோசமாகவும் இருக்கும். கொஞ்சம் கூச்சமாகவும் இருக்கும்.

●

பள்ளிக்காலப் புதினங்கள்

அந்த நாட்களில் ஆபிரிக்க நாட்டு ஆமிக்காரர் திடீர் திடீரென்று அங்கு வருவார்கள். அவர்கள் பலாலியிலிருந்து நடந்து வருகிறார்களெனப் பலரும் பேசிக்கொள்வார்கள். நாங்கள் அவர்களை 'காப்புலி' என்று சொல்லுவம். எங்கள் பாடசாலைக்கு முன்னால் இரண்டு பெரிய எலும்புருக்கி மரங்கள் சடைத்து நின்றன. இந்த ஆபிரிக்க ஆமிக்காரரில் பதினைந்து அல்லது இருபதுபேர் மட்டில் இருக்கும், நடந்துவந்து அந்த மரங்களின்கீழ் சுற்றிவர நீண்டநேரம் அமர்ந்திருப்பார்கள்.

பாடசாலைக்குப் போகும்போது அவர்களைக் கண்டால் எங்களுக்குச் சரியான பயமாயிருக்கும். பாடசாலைப் பக்கம் போகாமல் திரும்பி வந்தவழியே ஓடிப்போய் அருகிலிருக்கும் வீடுகளிற்குள் நாங்கள் புகுந்துவிடுவோம். பின்பு வாத்திமார் யாராவது அந்த வழியாக வந்தால் அவர்களுடன் சேர்ந்து பயந்து பயந்து கூடிக்கொண்டு பாடசாலைக்குப் போய்ச் சேருவோம்.

ஒவ்வொரு வருசமும், ஒவ்வொரு வகுப்பிலும் மூன்று தவணைப் பரீட்சைகள் வைப்பார்கள். ஒவ்வொரு தவணைப் பரீட்சையிலும் நான் முதலாம் பிள்ளையாக வந்துவிடுவேன்.

விளையாட்டுப் போட்டிகள் ஒவ்வொரு வருடமும் நடக்கும். அப்போதெல்லாம் இல்லம் இல்லமாகப் பிரித்து விடுவதில்லை. ஒவ்வொருவரையும் வயதிற்கேற்ப பிரித்துவிடுவார்கள். கயிறடித்தல், கரண்டியில் தேசிக்காய் கொண்டு

ஓடுதல், ஊசியில் நூல் கோர்த்தல், சாக்கோட்டம், மைதானத்தில் போடப்பட்டிருக்கும் வட்டத்தைச் சுற்றி ஓடுதல், கிடுகு பின்னுதல் எனப் பல போட்டிகள் நடக்கும். எல்லாவற்றிலும் பங்குபற்றுவதற்காக என்னைக் கூப்பிட்டுவிடுவார்கள். எல்லாவற்றிலும் நான் முதலாவதாக வந்துவிடுவேன். அதற்காக நிறையப் பரிசுப் பொருட்களெல்லாம் தருவார்கள். எல்லாவற்றையும் அள்ளிச் சுமந்துகொண்டு வீட்டிற்குப் போவேன்.

அதுபோல் ஒவ்வொரு வருடமும் பெற்றோர் தினவிழாவும் நடைபெறும். கும்மியடித்தல், கோலாட்டம், நடனம் எனப் பல நிகழ்வுகள் அந்த விழாவில் இடம்பெறும். எல்லா நிகழ்வுகளிலும் நானும் பங்குபற்றுவேன். ஒருமுறை அத்தகைய ஒரு நிகழ்வில் நடந்த 'அரிச்சந்திரன்' நாடகத்தில் நான் சந்திரமதியாக வேடமிட்டு நடித்திருந்தேன். அதில் வரும் ஒரு பாடல் இப்பவும் எனக்கு ஞாபகமிருக்கிறது.

"கையினில் உலக்கை பற்றி – காற்றழில் உதிரம் பாய

மெய்யினில் வியநீர் சிந்த – விழியினில் அருவி பாய நெய்யினில் முடிந்த கூந்தல் நெல் குற்றும் கொடுமை காணா மையினில் நிகழ்வே கண்ணா அரம்பையைப்போல்... "

இப்படி அந்தப் பாடல் நீண்டுகொண்டு போகும். அவற்றை இப்போது நினைக்கும்போதும் மகிழ்ச்சியாக இருக்கிறது.

பள்ளியில் மாணவர்களின் ஒழுக்கம், வரவு, திறமை ஆகியவற்றைக் கண்காணித்து அவ்வப்போது சிறந்த மாணவர்களுக்குப் பரிசில்கள் கொடுப்பார்கள். எனக்கு இதற்காக நிறையப் புத்தகங்கள் பரிசில்களாகக் கிடைக்கும். அநேகமாக ஒவ்வொரு வகுப்பிலும் நான் இவற்றைப் பெற்றுக்கொள்ளுவேன்.

ஒருமுறை வீரசிங்கம் மண்டபத்தில் வட்டாரப் பாடசாலைகளுக்குள் நடனப் போட்டி நடைபெற்றது. எங்கள் பாடசாலையிலிருந்து பத்து மாணவர்கள் தெரிவாகிப் போயிருந்தார்கள். அவர்களில் நானும் ஒருத்தியாக இருந்தேன். "ஓம் சக்தி ஓம், ஓம் சக்தி ஓம்" என்ற பாடலுக்கு அபிநயம் பிடித்து நடனம் ஆடினோம். எங்கள் பாடசாலை இரண்டாம் இடத்திற்குத் தெரிவாகி, பரிசில்களும் பெற்றுக்கொண்டோம்.

நான் மூன்றாம் வகுப்பில் படித்துக்கொண்டிருந்த அதே காலகட்டத்தில் நடந்த இரண்டு சம்பவங்கள் இப்பவும் எனக்கு ஞாபகத்தில் இருக்கின்றன.

ஒருநாள் பாடசாலை விடும் நேரம் வெளியே மழை வரப்போகும் அறிகுறிகள் தோன்றியிருந்தன. எங்கள்

பாடசாலைக்குப் பக்கத்தில் ஒரு குறுக்குப் பாதை இருக்கிறது. ஒரே பள்ளமும் திட்டியும், வழிவழியே நெருஞ்சி முள்ளும் கற்களுமாக அந்தப் பாதை இருக்கும். அந்தப் பாதை செல்லும் பகுதியை 'கலட்டி' என்று சொல்வார்கள். அதன்வழியாகச் சிறிது தூரம் நடந்துபோனால் தோட்டங்கள் வயல்கள் செய்யும் இடங்களெல்லாம் வரும்.

அந்தப் பாதை எங்கள் வீட்டுக்குப் போவதற்கு மிகக்கிட்டிய ஒரு பாதை என்று அறிந்திருக்கிறேன். ஆனால் நான் ஒருநாளும் தனியாக அந்தப் பாதையால் போனதில்லை. அன்றைக்கு எனது வீட்டுக்கு அருகிலிருக்கும் எனது வகுப்பு மாணவன் ஒருவன் "மழை வாறதுக்கு முதல் கலட்டியால் போனால் கெதியா வீட்டை போய்ச் சேரலாம்" என்று என்னிடம் சொன்னான். நானும் அவன் சொன்னதைக் கேட்டுச் சரியென்று அந்த வழியால் அவனோடு சேர்ந்து நடக்கத் தொடங்கினேன். கொஞ்சக் கூடத் தூரம் நடந்ததும் குறுக்கே ஒரு பெரிய வெள்ள வாய்க்காலும், மதகும் வந்தது. வெள்ள வாய்க்காலில் மழைவெள்ளம் நிரம்பி வழிய வழிய அது பாய்ந்து வேகமாக ஓடிக்கொண்டிருந்தது. அதனைப் பார்க்கவே எனக்குப் பயமாக இருந்தது.

என்னோடு வந்துகொண்டிருந்த சக வகுப்பு மாணவன் சொன்னான் "இந்த வெள்ள வாய்க்காலை கடந்துதான் நாங்கள் றோட்டுக்கு ஏற வேணும்" என்று. எனக்கோ அதைப் பார்க்கவே பயம் மேலும் அதிகரித்தது.

அவனோ "பயப்படாமல் வாங்கோ. மழை வரமுதல் நாங்கள் வீட்டுக்குப் போய்ச் சேர வேணும்" என்று என்னை அவசரப்படுத்தினான். அதன் பின்னர் நானும் சரியென்று வெள்ள வாய்க்காலுக்குள் இறங்கி, மெதுவாக நடக்கத் தொடங்கினேன். சிறிது தூரம்தான் நடந்திருப்பேன், அதற்குள் ஒரு பெரிய வெள்ள அலை பாய்ந்துவந்து அடித்த அடியில் எனது கொப்பி, புத்தகங்களெல்லாம் சிதறி வெள்ளத்திற்குள் விழுந்துவிட்டன. நான் அவற்றை எடுப்பதற்காக அவசரமாகக் குனிந்து முயற்சித்தேன். ஆனால் புத்தகங்களோ சளேரென்று வெள்ளத்தோடு அடிபட்டு, உருண்டுருண்டு, மதகிற்குள் நுழைந்து அப்படியே காணாமல் போய்விட்டன!

எனக்கு என்ன செய்வதென்றே தெரியாமலிருந்தது. எனது சட்டை முழுவதும் ஈரத்தால் நனைந்து தோய்ந்து போயிற்று. நான் 'ஓவென்று' அழத் தொடங்கிவிட்டேன். வாய்க்காலின் இருபுறமும் கிளுவம் கதியால்கள் இருந்தன. நான் அழுதவாறே அவற்றைப் பற்றிப்பிடித்தபடி மெதுமெதுவாக நடந்து கரையேற முயற்சித்தேன். ஆனால் கிளுவம் கொப்புகளோ முறிந்து முறிந்து என் கைக்குள்

வந்துகொண்டிருந்தன. எனக்குப் பயம் மேலிட, நான் விம்மி விம்மி அழுதவாறே கடும் பிரயத்தனப் பட்டு, முயற்சி செய்து ஒருமாதிரித் தட்டுத்தடுமாறி றோட்டுக் கரைக்கு ஏறிவிட்டேன்.

அடுத்த கணமே, புத்தகங்கள், கொப்பிகளைத் தொலைத்த வெப்பியாரம் தாங்காமல் அழுகையோடு வீட்டுக்கு ஓடினேன். ஐயா என்னைக் கண்டதும் அருகில் ஓடிவந்தார்.

"என்ன நடந்தது? ஏன் அழுறாய்? புத்தகம் கொப்பியெல்லாம் எங்கை?" என்று ஐயா விசாரித்தார். நான் நடந்தவற்றையெல்லாம் ஒன்றும் விடாமல் சொன்னேன். மறுகணமே ஐயாவுக்குக் கோபம் சுருசுருவென்று ஏறிவிட்டது. தனது வேட்டி நுனியை உயர்த்திப் பிடித்தவாறே அந்தப் பெடியன்ரை வீட்டை நோக்கி விடுவிடுவென நடக்கத் தொடங்கினார். ஐயா போகிறபோக்கைப் பார்க்க அவர் என்னை அழைத்து வந்த, அந்தப் பெடியனுக்கு வெளுக்கப் போகிறார்போலத் தோன்றியது.

ஊருக்குள் என்ரை ஐயாவை 'குண்டர் சின்னத்துரை' என்றுதான் எல்லாரும் சொல்லுவினம். சரியான கோபக்காரன். யாருக்கும் பயப்படமாட்டார். சின்ன விசயமென்றாலும் சண்டித்தனத்தோடு விசாரிக்கப் போயிடுவார். யாரும் அவருடன் மிண்டுவதற்கு வரமாட்டார்கள். அவ்வளவு பயம். அவரைப் பார்த்தாலும் அப்படித்தான். நல்ல உயரமாக இருப்பார். தலையில் நிறைய முடி இருக்கும். தலையை நிமிர்த்தி, விறுக்கு விறுக்கென்று கையை வீசி நடப்பார். அன்றைக்கும் அப்படித்தான் கையை வீசி வீசி வேகமாக நடந்து போனார்.

அதனால் வெள்ள வாய்க்காலினூடாக என்னை அழைத்து வந்த அந்தப் பெடியனுக்கு என்ரை ஐயா அடித்து உதைக்கப் போகிறாரோ என்று யோசித்து, நான் மனதிற்குள் பதற்றப்பட்டுக் கொண்டிருந்தேன். ஆனால் பிறகுதான் அறிந்தேன் – ஐயா அவனின் வீட்டுக்குப் போய் அவனின் தந்தையிடம் முறைப்பாடு செய்துவிட்டு மட்டும் வந்தார் என்று.

அடுத்த நாள் பாடசாலைக்கான வீட்டுப் பாடம் செய்துகொண்டு போவதற்கு என்னிடம் கொப்பிகள் ஏதுமில்லை. அருகில் கடைகள் இருந்ததால் ஐயா எனக்குப் புதுக் கொப்பிகளை வாங்கித் தந்தார். நான் மறுநாள் பள்ளிக்குப் புதுக் கொப்பிகளைத்தான் கொண்டு போனேன்.

வழமையாக வகுப்பிற்கு வாத்தியார் வந்தவுடன் நான்தான் முதல் ஆளாக வீட்டுப் பாடங்கள் செய்த எனது கொப்பியைக் கொண்டுபோய் அவரிடம் கையளிப்பேன். ஆனால் அன்றைக்கு என்னைத் தவிர மற்றைய எல்லோரும் தமது கொப்பிகளைக்

கொண்டுபோய்க் கொடுத்துவிட்டார்கள். நான் கவலையோடு அமைதியாக உட்கார்ந்திருந்தேன்.

வாத்தியார் இதனை அவதானித்துவிட்டார். என்னைத் தன் மேசைக்கு வரும்படி அழைத்தார். "எங்கே உன் கொப்பி? ஏன் வீட்டுப் பாடம் செய்யவில்லையா?" என்று கேட்டார். அவர் கேட்டு முடிக்க முன்பே எனக்கு அழுகை பொத்துக்கொண்டு வந்துவிட்டது. அவர் என்ன நடந்ததெனக் கேட்டார். நான் நடந்த எல்லாவற்றையும் சொன்னேன்.

உடனே வாத்தியார் அந்தப் பெடியனைக் கூப்பிட்டு நல்ல அடி கொடுத்து, "இனிமேற்பட்டு இந்த மாதிரிக் காரியம் செய்யக் கூடாது" என்று புத்திமதி சொல்லி, போய் இருக்கும்படி பணித்தார்.

இந்தச் சம்பவத்தை எனக்கு இப்போதும் மறக்க முடியிறதில்லை. இதுபோலவே மறக்கமுடியாத பல சம்பவங்களில் இன்னுமொன்று எனக்கு ஞாபகம் வருகிறது. அதுவும் அதே வகுப்பில் படித்துக் கொண்டிருந்தபோதுதான் நடந்தது.

அந்தப் பாடசாலையின் தலைமை ஆசிரியரின் மனைவி ஒரு ஆஸ்த்மா நோயாளி. இதன் காரணமாக அவருக்கு மூலிகை மருந்தாக, தூதுவளை இலைகள் எப்போதும் தேவைப்பட்டன. என்னோடு அதே வகுப்பில் படித்துக்கொண்டிருந்த இரண்டு மாணவர்களின் தகப்பன்மார் தோட்டம் வைத்திருந்தார்கள். தோட்டங்களில் அநேகமாக தூதுவளைச் செடிகள் நிற்கும் என்பது ஆசிரியருக்குத் தெரியும். அதனால் ஒவ்வொருநாளும் மதியச் சாப்பாட்டு இடைவேளை நேரம் அந்த மாணவர்களை அவர்களது வீடுகளுக்கு அனுப்பி, அவர்களது தோட்டங்களிலிருந்து தூதுவளை இலைகள் பறித்துவரும்படி அவர் பணித்துவிடுவார்.

ஒவ்வொரு நாளும் தூதுவளை இலைகள் பறிப்பதால் அவர்களது தோட்டத்து மரங்களில் இலைகள் இல்லாமல் போய்விடும். இலைகள் முடிந்துவிட்டது எனக்கூறிப் பறிக்காமல் வந்தாலும், அவர்கள் பொய் சொல்கிறார்களென்று எண்ணி, ஆசிரியர் அவர்களுக்குப் பிரம்பால் அடி கொடுப்பார்.

அவர் கொஞ்சம் பொல்லாத குணம் கொண்ட ஆசிரியர் என்பதால் அவரது இத்தகைய செய்கை அந்த மாணவர்களை மனதளவிலும் மிகவும் பாதித்துக்கொண்டிருந்ததை அவர் யோசிக்கவில்லை. இந்த நிலையில் அவர்கள் ஒருநாள் தோட்டத்திற்குப் போய், தூதுவளை இலைகளுடன், கொஞ்சம் காஞ்சோண்டி இலைகளையும் பறித்து, அவற்றோடு அதனைக் கலந்து கொண்டுவந்து அந்த ஆசிரியரிடம் கொடுத்துவிட்டார்கள்.

அவர்களுக்கு நன்றாகத் தெரியும், மறுநாள் பாட சாலைக்கு வந்தால் நிச்சயம் தங்களுக்கு இரத்தம் வருமளவிற்கு அவரிடமிருந்து பிரம்படி கிடைக்குமென்று. அதனால் அடுத்தநாள் இருவருமே பாடசாலைக்கு வரவில்லை. ஆசிரியரோ அடுத்தநாள் வந்து அவர்கள் எங்கேயென்று கோபத்துடன் தேடிக் கொண்டிருந்தார். "வரட்டும் அவங்களுக்கு நல்ல அடி இருக்கு.." என்று சொல்லிக் கறுவிக்கொண்டிருந்தார்.

ஆனால் அந்த சம்பவத்திற்குப் பின்னர் அந்த இரு மாணவர்களும் பாடசாலைப் பக்கமே வரவில்லை. அவர்களில் ஒருவன் தனது தகப்பனோடு சேர்ந்து தோட்ட வேலை களுக்குப்போகத் தொடங்கிவிட்டான் என்றும், மற்றவன் தன் தகப்பனோடு சேர்ந்து சுருட்டு வேலைக்குப் போகிறான் என்றும் பின்னர் கேள்விப்பட்டேன். இந்தச் சம்பவத்தை நினைத்தால் எனக்குச் சிரிப்பும் வரும்; கவலையாகவும் இருக்கும்.

அண்மையில் (2020இல்) இந்த மாணவர்களில் ஒருவரை இத்தனை வருடங்களிற்குப் பின்னர் எதிர்பாராமல் சந்திக்கும் சந்தர்ப்பம் ஒன்று கிடைத்தது.

அவர் என்னருகில் வந்து "என்னைத் தெரியுதோ?" என்று கேட்டார். நானும் ஆச்சரியத்தோடு அவரை அடையாளம் கண்டு கொண்டேன். காலம் கோலங்களை மாற்றி விட்டிருந்தபோதும் என்னால் அவரை உடனே அடையாளம் காண முடிந்தது.

"காஞ்சோண்டி பிடுங்கி வைத்தது ஞாபகமிருக்கு" என்று பகிடியாகச் சொன்னேன். உடனே என்னைச் சுற்றியிருந்தவர்கள் எல்லோரும் விழுந்து விழுந்து சிரிக்கத் தொடங்கிவிட்டார்கள்.

"அதை நீங்கள் இன்னும் மறக்கேல்லை" என்று வியப்போடு அவர் என்னைப் பார்த்துச் சிரித்தார்.

●

கற்பித்தலுக்குக் கைகொடுத்தல்

நான்காம் வகுப்பிற்குள் நுழையும்போது எனக்கு ஒன்பது வயதாகிவிட்டது. அந்த வகுப்பிலும் நான் நல்ல கெட்டிக்காரிதான். எங்களது பாடசாலைக்கு எதிர்ப்புறம் ஆசிரியர் பயிற்சிக் கலாசாலை ஒன்று இயங்கிக்கொண்டிருந்தது.

அங்கு பயிற்சி ஆசிரியர்களாகக் கல்வி கற்றுக்கொண்டிருந்தவர்களுக்கு ஒவ்வொரு ஆண்டும் படிப்புகள் முடிய, இறுதி ஆண்டுப் பரீட்சைகள் நடக்கும். பரீட்சை நேரங்களில் அவர்கள் எங்களது பாடசாலைக்கு வந்து சில மாணவர்களை அழைத்துச் சென்று அவர்களுக்குப் படிப்பிப்பார்கள். அவர்கள் படிப்பிப்பதைக் கல்வி அதிபர்கள் கண்காணித்துக் கொண்டிருப்பார்கள். அவர்கள் படிப்பிக்கும் முறைக்கேற்ப அந்தக் கலாசாலை மாணவர்களுக்குப் பரீட்சைக்கான புள்ளிகளும் வழங்கப்படும்.

எங்கள் பாடசாலை மாணவர்களை அழைத்துச் சென்று அவர்கள் படிப்பிக்கும்போது, படிப்பித்த விடயங்களில் திரும்பக் கேள்விகள் கேட்பார்கள். அப்போது அந்தக் கேள்விகள் தெளிவாக மாணவர்களுக்கு விளங்கினாலும் அதற்கான பதிலை பல மாணவர்கள் கூச்சத்தில் சொல்லாமல் மௌனமாக இருந்துவிடுவார்கள். இதனால் கலாசாலையில் பரீட்சைக்காகப் படிப்பித்த பயிற்சி ஆசிரியர்களின் பரீட்சைப் புள்ளிகள் குறைந்துவிடும்.

ஆனால் என்னை அவர்கள் அழைத்துக்கொண்டு போய்ப் படிப்பிக்கும் தருணங்களில் நான் அவர்கள் கேட்கும் எல்லாக் கேள்விகளுக்கும் மளமளவென்று

பதில்களைச் சரியாகச் சொல்லிவிடுவேன். அதனால் நான் மூன்றாம் வகுப்பில் இருக்கும்போதே, நான்காம் வகுப்பு மாணவர்களை அழைத்துச்செல்லும் வேளையில், எங்கள் வகுப்பு ஆசிரியரிடம் அனுமதி கேட்டு என்னையும் அழைத்துச் சென்றுவிடும் சம்பவங்கள் நடந்திருக்கின்றன. நான்காம் வகுப்பு மாணவர்களுக்குப் படிப்பித்த பின்னர் அவர்களிடம் கேட்கும் கேள்விகளுக்கு நான் சரியாகப் பதில்களைச் சொல்லிவிடுவேன்; கணக்குக் கேள்விகளாக இருந்தாலும் விரைவாகவும் சரியாகவும் பதில்களைச் சொல்லிவிடுவேன். அது அவர்களுக்கு மிகுந்த மகிழ்ச்சியாக இருக்கும்.

மறுநாள் அவர்கள் எமது பாடசாலைக்கு வந்து, "இந்த மாணவியைக் கூட்டிக்கொண்டு போனபடியால் எனக்குப் பரீட்சையில் நல்ல மார்க்ஸ் கிடைத்திருக்கு" என்று சொல்லிச் சந்தோசத்துடன் என்னையும் பாராட்டிவிட்டுப் போவார்கள். நான் படித்துக்கொண்டிருந்த ஒவ்வொரு வகுப்பிலும் இந்தமாதிரியான அனுபவங்கள் எனக்குக் கிடைத்துக்கொண்டேயிருந்தன.

●

ஊரும் கொண்டாட்டமும்

வைகாசி மாதம் வந்தால் எனக்கு ஒரே கொண்டாட்டந்தான். அயலில் வாழும் என் வயதொத்த பிள்ளைகள் எல்லோரும் சந்தோசத்தில் குதித்துக்கொண்டிருப்போம். அதற்கான காரணம் எங்கள் வீட்டுக்குப் பக்கத்திலிருக்கும் பிள்ளையார் கோயிலில் கொடியேறிவிடும். முதல் நாள் கொடி ஏறினால் போதும் தொடர்ந்து பதினாறு நாட்கள் கோலாகலமாகத் திருவிழாக்கள் நடைபெறும்.

ஐந்தாம் திருவிழாவிலிருந்து ஏழாம் திருவிழா, ஒன்பதாம் திருவிழா, பின்னர் பதினோராம் திருவிழா, பதின்மூன்றாம் திருவிழா எனக் குறிப்பிட்ட தினங்களில் அதிவிசேசமான நிகழ்வுகளெல்லாம் நடக்கும். பெரிய மேளம், சின்ன மேளம் என்று அமோகமாக இருக்கும். ஒரு திருவிழாவுக்கு ஒரு கோஷ்டி மேளம் பிடித்தார்களென்றால் அடுத்தநாள் திருவிழாவிற்குஇரண்டுகோஷ்டி மேளக்காரரை அந்த நாளுக்குரிய உபயகாரர் பிடிப்பார்கள். நிகழ்வுகள் ஒவ்வொரு திருவிழா உபயகாரருக்குமிடையில் ஒரு போட்டிபோல நடைபெறும். யாருடைய திருவிழா கோலாகலமாகவும் சிறப்பாகவும் இருந்ததென அவர்களுக்குள் ஒரு போட்டி இருக்கும்.

திருவிழாக் காலங்களில் நானும் எனது தோழிகளுமாகப் பின்னேரம் 6.00 மணிக்கே

கோயிலுக்குப் போய்விடுவோம். மேளச்சமா, பின்னர் நள்ளிரவு கடந்து 2.00 மணிக்குச் சின்ன மேளம் என எல்லா நிகழ்வுகளையும் பார்த்து வீடு வரக் காலை 7.00 மணியாகிவிடும். உடனே குளித்துச் சாப்பிட்டு நேரே பாடசாலைக்குப் போய்விடுவோம். சில பிள்ளைகள் கோயிலிலிருந்து வீட்டுக்குப் போய்ப்படுத்துத் தூங்கிவிடுவார்கள். பாடசாலைக்கு வரமாட்டார்கள். அவர்களுக்கெல்லாம் பின்னர் வகுப்பில் ஆசிரியரிடமிருந்து நல்ல பிரம்படி கிடைக்கும்.

எங்களுடைய வீட்டைச் சுற்றிப் பெரிய வளவு இருந்தது. வளவு நிறைய மரங்கள். மா, பலா, கொய்யா, அன்னமுண்ணா என நிறையப் பழமரங்கள் இருக்கும்.

எங்கள் வீட்டு முற்றம் மிகவும் பெரியது. எங்கள் அயலில் வாழும் பிள்ளைகள் எல்லோரும் அநேகமாகப் பின்னேரம் 3.00 மணியென்றால் எங்கள் வீட்டு முற்றத்திற்கு வந்துவிடுவார்கள். அதன்பிறகென்ன, சாயந்தரம் வரை ஒரே விளையாட்டுத்தான். வார் ஓடுவது, மாங்கொட்டை தட்டுவது, கிளித்தட்டு விளையாடுவது, அப் ஓர் டவுண், கண்ணாரே கடையாரே ஒழித்துப் பிடித்தல், இலுப்பங்கொட்டை அடிப்பது, சுண்டுவது, கொக்கான் வெட்டுவது என ஏராளம் விளையாட்டுகள் விளையாடுவோம்.

விளையாட்டுகளுக்கிடையே முற்றத்தில் குலை குலையாகக் காய்த்து நிற்கும் வெள்ளைக்கொழும்பு மாமரத்திலிருந்து ஆளுக்காள் மாங்காய்கள் பிடுங்கி, மாமரத்தில் குத்தி உடைத்து, உப்பும் மிளகாய்த் தூளும் கலந்து தொட்டுத் தொட்டுச் சாப்பிடுவோம். அதன் சுவை சொல்லி மாளாது. எல்லோரும் அடிபட்டு அதனைச் சாப்பிடும்போது கிடைக்கும் சுகமிருக்கே அதற்கு வார்த்தைகள் இல்லை. அதனை இப்போது நினைத்தாலும் எனக்கு வாயூறுகிறது!

அதைவிட, கொய்யாப் பழங்களும் மரத்திலிருந்து பிடுங்கி நன்றாகச் சாப்பிடுவோம். பலா மரத்தில் ஊஞ்சல் கட்டப்பட்டிருந்தது. அந்த ஊஞ்சலில் எல்லோரும் அடிபட்டுப் போட்டி போட்டு ஆடுவோம்.

காலையில் எழுந்ததும் நான் கொய்யா மரத்தடி, அன்னமுண்ணா மரத்தடி என்று பாய்ந்து விழுந்து ஓடுவேன். அணில் அரித்த கொய்யாப்பழம் கீழே முற்றத்தில் விழுந்திருக்கும். அவற்றைப் பொறுக்குவேன். அன்னமுண்ணாப் பழங்களில் ஓரளவு முற்றி நிறத்திருக்கும் காய்களைப் பறித்து வந்து, அரிசிப் பானைகளிற்குள் பழுப்பதற்காகப் புதைத்து வைத்துவிடுவேன். எங்கள் வீட்டுக்குப் பக்கத்து வீட்டிலிருந்த அக்காவும் நானுமாக

அன்னமுண்ணா பழுத்ததும் ஒன்றாக இருந்து அவற்றை ரசித்துச் சாப்பிடுவோம்.

பின்னாட்களில் இருவரும் கதைத்துப் பேசி ஆடுகள், கோழிகள் எல்லாம் வளர்ப்போம். இருவரும் ஒரே நாளில் கோழி முட்டைகளைச் சேர்த்து, கோழிக்கு அடைவைப்போம். குஞ்சுகள் பொரித்ததும் அவற்றைப் பருந்துகள் தூக்கிக்கொண்டு போகவிடாமல் ஒரு தடிக்குச்சியைக் கையில் ஏந்தியபடி கோழிகளுக்கு முன்னும்பின்னும் திரிந்துகொண்டேயிருப்போம். வேலிக் கரைகளில் இருக்கும் கறையான் புற்றுகளை உடைத்து, அந்தக் கறையான்களை எடுத்துக் கோழிக்கும் குஞ்சுகளுக்கும் உணவாகப் போடுவோம். ஒவ்வொரு மாதமும் கோழி முட்டைகள் சேர்த்து அடைவைப்போம்.

ஒருமாதக் குஞ்சு, இரண்டுமாதக் குஞ்சு என்று தினுசு தினுசாக அவை வளர்ந்து நிற்கும். அயலவர்கள் வந்து விலைக்கு அவற்றை வாங்கிப் போவார்கள். முட்டைகளும் குறைவில்லாமல் இருக்கும். அவற்றை விற்பதால் கிடைக்கும் பணத்தில் நான் எனக்குத் தேவையான பொருட்களை வாங்கிக்கொள்வேன்.

அருகிலிருக்கும் கோயிலுக்குப் பக்கத்திலிருக்கும் வளவில் இரண்டு மூன்று இலுப்பை மரங்கள் சடைத்து நின்றிருந்தன. அவை பூக்கும் காலம் வந்ததும் கொத்துக் கொத்தாகப் பூத்துச் சொரிந்தபடியிருக்கும். அச்சமயங்களில் நான் காலை 4.00 மணிக்கே தூக்கத்திலிருந்து எழுந்துவிடுவேன். அக்கம்பக்கம் இருக்கும் பிள்ளைகளும் எழுந்து மரத்தடிக்கு வருவார்கள். நான் வீட்டிலிருக்கும் பெரிய பனையோலைப் பெட்டியை எடுத்துக்கொண்டு இலுப்பை மரத்தடிக்கு ஓடிவிடுவேன். கீழே உதிர்ந்து கிடக்கும் பூக்களை நீயோ நானோ என்று போட்டி போட்டுப் பொறுக்கி அள்ளுவோம். இலுப்பம் பூக்களால் நிறைந்திருக்கும் பனையோலைப் பெட்டியைச் சுமந்துபோய் அம்மாவிடம் கொடுத்துவிடுவேன். மற்றைய பிள்ளைகளும் அதுபோலவே பொறுக்கிப் போய்த் தத்தமது தாய்மாரிடம் கொடுப்பார்கள். அப்படி பூக்காலம் முடியும் வரை ஓடியோடி இலுப்பம்பூ பொறுக்குவோம்.

அம்மா அவற்றை வெயிலில் காயவைத்து, அவை நன்றாகக் காய்ந்த பின் அவற்றைப் பாயில் குவித்து விடுவா. பின்னர் அம்மாவுடன் சேர்ந்து ஒரு பொல்லால் அவற்றை அடிப்போம். அப்போது பூக்களின் அல்லி எல்லாம் தனியாகப் பிரிந்து வந்துவிடும். அல்லிகளை அகற்றிய பின்னர் மிகுதியைச் செத்தல் மிளகாயுடன் சேர்த்து வறுத்து, உப்புச் சேர்த்து, உரலில் போட்டுத் துவைத்து உருண்டைகளாக்கி அவற்றை வைத்திருந்து தினமும்

சாப்பிடுவோம். அதன் சுவையோ தனி. அவ்வளவு சுவையாக இருக்கும்.

அது முடிய, இலுப்பைக் கொட்டைக் காலம் வரும். மரத்தடியில் போய்நின்று அவற்றைப் பொறுக்குவதற்கு வளவுக்காரர் விடமாட்டார்கள். ஆனால் வெளவால்கள் எங்கள் வளவு முழுக்க இலுப்பைக் கொட்டைகளைக் கொண்டுவந்து போட்டுவிடும். அவை இலுப்பைப் பழங்களை எடுத்துவந்து எங்கள் வளவிலிருக்கும் கொய்யா மரங்களின் மேல் அமர்ந்திருந்து சாப்பிட்டுவிட்டு, கொட்டைகளைக் கீழே போட்டுவிட்டுப் போய்விடும். பின்னர் எங்கள் வளவுக்குள் கொட்டுப்பட்டுக் கிடக்கும் இலுப்பைக் கொட்டைகளை நாங்கள் காலையில் எழுந்ததும் பொறுக்கியெடுத்து வெய்யிலில் காயவைத்து விடுவோம். நாங்கள் காயவைக்கும் இலுப்பைக் கொட்டைகள் ஒரு கடகம் நிறைய வரும். அவை நன்றாகக் காய்ந்த பின்னர் அவற்றின் கோதுகளை உடைத்து, உள்ளிருக்கும் பருப்புகளை எடுத்து, அவற்றையும் மீள ஒருதடவை வெயிலில் காயவைத்து எடுத்து, உரலில் போட்டு இடித்து மாவாக்குவோம். பின்னர் அந்த மாவை ஒரு கடகத்திற்குள் போட்டு நன்றாக அமத்தி மூன்று நாட்களுக்கு அப்படியே வைத்துவிடுவோம். அதன்பின்னர் அதனை எடுத்துச் சென்று அருகிலிருக்கும் எண்ணெய் ஊற்றுமிடத்தில் கொடுத்தால், அவர்கள் அதனை நீற்றுப் பெட்டியில் இட்டு அவித்தபின் செக்கினில் இட்டு ஆட்ட, இலுப்பை நெய் வரும். சக்கையாக மிஞ்சிய பிண்ணாக்கை அரப்பு என்பார்கள்.

கால் உழைவு, வாதம் உள்ளவர்கள் இலுப்பை நெய் பூசித் தேய்த்தால் அவை மாறிவிடும் என்று சொல்வார்கள். அம்மா அந்த இலுப்பை நெய்யில் மீன் பொரித்துத் தருவார். அது ஒரு தனியான சுவையாக இருக்கும். எனக்கது மிகவும் பிடிக்கும். இலுப்பையிலிருந்து எடுக்கப்படும் அரப்பை அவித்து, தலை முழுகும்போது கூந்தலுக்குத் தேய்த்துக் கழுவி முழுகுவோம். அது கூந்தலிலிருக்கும் அழுக்கையும் எண்ணெய்ப் பசையையும் நீக்கிச் சுத்தமாக்கும். நான் எப்போதும் அரப்பு வைத்துத்தான் தலை கழுவுவேன்.

இவை தவிர இலுப்பைக் கொட்டைகளைச் சேர்த்து வைத்துச் சுண்டி விளையாடுவோம். இலுப்பைக் கொட்டை அடிப்போம்.

இலுப்பைக் காலம் முடிய வேப்பம்பூக் காலம் வரும். அது வரும்போது அவற்றையும் பொறுக்கிச் சேர்த்துக் காயவைத்து அவற்றில் அம்மா வடகம் போடுவா. பூக்காலம் முடிய வேப்பம் கொட்டைகள் வரத் தொடங்கிவிடும். அதுவும் எங்கள் வீட்டு

வளவிற்குள் நிறைய விழுந்து கிடக்கும். நான் அவற்றைப் பொறுக்கி அம்மாவிடம் கொடுப்பேன். அம்மா அவற்றைப் பக்குவமாகச் சேர்த்து வைத்திருப்பார். பின்னர் மழைக் காலங்களில் நுளம்புத் தொல்லை வரும்போது வேப்பங்கொட்டைகளை ஒரு மண் சட்டியில் போட்டு, தென்னம்பொச்சு வைத்து நெருப்பு மூட்டி, புகை வரச் செய்துவிடுவா. அப்போது வேப்பங் கொட்டைகள் பொச்சுத்தணலில் எரிந்து, அதிலிருந்து வரும் வேப்பங்கொட்டைப் புகை வீடு வளவு முழுவதும் பரவும். அந்தப் புகையின் மணத்திற்கு நுளம்புகள் கிட்ட வராமல் ஓடிவிடும்.

வேப்பங் கொட்டைகளைக் காயவைத்து, உடைத்துக் கோது நீக்கி, அதன் பருப்பிலிருந்து வேப்பெண்ணெய் எடுத்து, பல நோய்களைக் குணமாக்கும் மருந்தாகவும் அதனை அங்கு எல்லோரும் பாவிப்பார்கள்.

●

வாழ்வில் திடீர் மாற்றங்கள்

நான் நாலாம் வகுப்பு படித்துக்கொண்டிருக்கும்போது எனக்கு ஒன்பது வயதாக இருக்கும்போதே என் ஆச்சி (என் அம்மாவின் தாயார்) காலமாகிவிட்டார். அச்சமயம் என் அண்ணர் கொழும்பில் அரசாங்க உத்தியோகத்தில் இருந்தார். ஐயா, அம்மா, நான் மூவருந்தான் வீட்டில் இருந்தோம்.

ஆச்சி காலமாகி ஆறு மாதமிருக்கும். அப்போது என் ஐயாவுக்கு ஒரு விபத்து நடந்தது. அவர் வாகனங்கள் செல்லும் பிரதான வீதியால் நடந்து சென்றுகொண்டிருக்கும்போது லொறி ஒன்றின் புகை கண்ணிற்குள் வந்து அடித்ததில் அவருக்குத் திடீரென்று கண்கள் தெரியாமல் வந்துவிட்டது. அந்தக் காலத்தில் அதற்குரிய சரியான உடனடி வைத்தியமும் கிடைக்கவில்லை. அதன்பின்னர் அவர் சரிவரக் கண்கள் தெரியாத ஒரு துயரமான நிலைக்குத் தள்ளப்பட்டுவிட்டார்.

ஐயா வழமையாகச் சுருட்டு வேலைக்குத்தான் போய்வந்துகொண்டிருந்தவர். கண்ணில் இந்தப் பிரச்சினை வந்து பார்வைபோன பின்னர் தனியாகச் சுருட்டுக் கொட்டிலுக்குப் போய் வருவதே அவருக்கு மிகுந்த கஷ்டம் என்று ஆகிவிட்டது. எங்கள்

வீட்டிலிருந்து அவரின் வேலை இடத்திற்குப் போக இருபது நிமிடங்கள் செல்லும்.

நான் தினமும் காலை 7.00 மணிக்கு ஐயாவைக் கையில் பிடித்துக் கூட்டிக்கொண்டு போய் அவரின் வேலை இடத்தில் விட்டுவிட்டுத் திரும்பிவந்து, பின்னர் 8.00 மணிக்குப் பாடசாலைக்குப் போவேன். ஐயாவுடன் வேலை செய்பவர்கள், அவருக்கு உதவி செய்வார்கள். பின்னர் மத்தியானம் உணவு இடைவேளை நேரம் வீட்டுக்கு ஓடிவந்து சாப்பாடு எடுத்துக்கொண்டு போய் ஐயாவிடம் கொடுத்துவிட்டு, திரும்பி வீட்டுக்கு வந்து சாப்பிட்டுவிட்டு, ஒரு மணிக்குப் பாடசாலையில் நிற்க வேண்டும் என்பதால் ஓட்டமும் நடையுமாகப் பாடசாலைக்குப் போய்ச் சேருவேன்.

பின்பு பின்னேரம் நான்கு மணிக்குப் பள்ளி விட்டதும் விரைவாக வீட்டுக்கு வந்து, உடைகளை மாற்றிக்கொண்டு ஐயா வேலை செய்யும் இடத்திற்குப் போய் அவரைக் கையில் பிடித்துக் கூட்டிவர வேணும். இப்படி ஆறேழு மாதங்கள் ஐயா வேலைக்குப் போய் வந்தார். அதன் பின்னர் தன்னால் வேலை செய்ய இயலாது என்று சொல்லி வீட்டில் நின்றுவிட்டார்.

முன்பு பங்கீட்டு அட்டை (கூப்பன்) மூலந்தான் சங்கக் கடையில் சாமான்கள் வாங்க வேண்டும். அங்கு போவதென்றால் அதற்கான நம்பர்த் துண்டு எடுக்க வேண்டும். பாடசாலைக்குச் செல்லும் வழியில்தான் சங்கக் கடை இருக்கிறது. பின்னேரம் நான்கு மணிக்குப் பள்ளி விட்டதும் வரும் வழியில் சங்கக் கடையினுள் நுழைந்து நம்பர் எடுத்துக்கொண்டு வீட்டுக்கு வந்துவிடுவேன். வீட்டில் உடைகளை மாற்றி, சாப்பிட்டுவிட்டுப் பனையோலையில் பின்னிய அடுக்குக் கடகங்களை எடுத்து ஐயாவின் தலையில் வைத்து, அவரது பொல்லுத் தடியின் ஒரு நுனியை அவரின் கையில் கொடுத்து, மறுநுனியை நான் பிடித்தவாறே சங்கக் கடைக்குக் கூட்டிப்போவேன். றோட்டில் வாகனப் போக்குவரத்து அதிகமாக இருக்கும். ஐயாவைக் கூட்டிப்போகும்போது பயமாக இருக்கும். நான் அப்போது பத்து வயதுச் சிறுமிதானே.

சங்கக் கடையில் எங்களுக்கான வரிசை இலக்கத்தைச் சொல்லி அழைத்ததும் ஐயா என்னென்ன சாமான்கள் வேண்டுமென்று சொல்வார். கடையின் மனேஜர் அவற்றை எழுதிப் பதிந்து ஒரு சிட்டை தருவார். ஐயாவிடம் காசை வாங்கி நான்

மனேஜரிடம் கொடுப்பேன். பின்னர் அவர் தரும் மிகுதிக் காசை வாங்கி ஐயாவிடம் கொடுப்பேன். ஐயா அதனைப் பக்குவமாக வேஷ்டியில் முடிந்து செருகிவைப்பார்.

பின்பு சாமான்கள் கொடுக்கும் பக்கத்திற்குப் போய் ஒவ்வொரு பொருட்களாக அவர்கள் நிறுத்துத் தர, நான் அவற்றை வாங்கிக் கடகங்களில் போட்டு அடுக்கி வைப்பேன். பக்கத்தில் நிற்பவர்கள் யாராவது அவற்றை ஐயாவின் தலையில் தூக்கிவைப்பதற்கு உதவி செய்வார்கள். அதன்பின்னர் அங்கு வந்த மாதிரியே தடியின் ஒரு நுனியை நான் பற்றிப் பிடிக்க, மறுநுனியை பற்றியபடி எனக்குப் பின்னால் வீடுவரைக்கும் ஐயா நடந்து வருவார்.

●

மேலும் படிக்க ஆசை

காலம் நகர்ந்துகொண்டிருந்தது. நான் பாடசாலையில் மேல் வகுப்பிற்குள் வந்துவிட்டேன். ஒரு வகுப்பு மேலே வருவதுபோல் என் வயதிலும் ஒரு வயது மேலே வந்துவிட்டது. ஐந்தாம் வகுப்பில் ‘புலமைப் பரிசில் பரீட்சை’ நடப்பது வழமை. நான் அந்தப் பரீட்சையில் பங்குகொண்டு பரீட்சை எழுதினேன். அதில் நான் ‘ஏ’ தரத்தில் சித்தியடைந்தேன். இன்னுமொரு பிள்ளை ‘பி’ தரத்தில் சித்தியடைந்திருந்தார்.

அதனைத் தொடர்ந்து நான் ஆறாம் வகுப்பை வசாவிளான் மகா வித்தியாலயத்திற்குப் போய்ப் படிக்க வேண்டுமென்று அறிவித்தல் வந்திருந்தது. ஆனால் அங்கு போய்வருவதில் போக்குவரத்துக் கஷ்டமாக இருக்கும் என்பதால் விடுதியில் இருந்து தான் கல்வி கற்க வேண்டுமென்றும் சொன்னார்கள்.

ஆனால் அங்கு படிப்பதற்காக என்னை அனுப்ப அம்மாவுக்கும் ஐயாவுக்கும் விருப்பமில்லை. அம்மா கடைகளுக்கோ வேறு இடங்களுக்கோ தனியாகப் போய்ப் பழக்கமில்லாதவர். நான் தூர இடத்திற்குப் படிக்கப்போனால் தங்களுக்கு உதவிக்கு யாரு மில்லை, கடைகளுக்குப் போகக்கூட ஆட்களில்லை

என்று சொல்லி என்னை அங்கு படிக்கவிடுவதற்கு அவர்கள் சம்மதிக்கவில்லை.

அதனையறிந்து எங்கள் பாடசாலையின் தலைமை ஆசிரியர் அம்மா, ஐயாவுடன் கதைப்பதற்காக வீடு தேடி வந்திருந்தார். அவர் எனது படிப்பு முக்கியம் என்றும், அதனைக் குழப்ப வேண்டாம் என்றும், நான் திறமையான பிள்ளை என்பதால்தான் இந்த வாய்ப்புக் கிடைத்திருக்கிறது என்றும், இது எல்லோருக்கும் கிடைக்காது என்றும் விளங்கப்படுத்தி ஒருவாறு என் பெற்றோரைச் சம்மதிக்க வைத்துவிட்டார்.

அதன் பின்னர் நான் வசாவிளான் மகாவித்தியாலயத்திற்குப் போவதற்கான அடுக்குகளை ஆரம்பித்துவிட்டேன். போவதற்கு ஆயத்தமாக ஒரு சூட்கேசும் வேறும் சில அத்தியாவசியப் பொருட்களும் கொண்டுவரும்படி சொல்லியிருந்தார்கள். நான் ஓடியோடி எல்லாம் வாங்கி அடுக்கி, போவதற்குத் தயாராகி விட்டேன். அந்நேரம் பார்த்து என் அம்மாவின் ஒன்றுவிட்ட தம்பி ஒருவர் (எனக்கு அவர் மாமா) எதிர்பாராமல் வீட்டுக்கு வந்திருந்தார். அவருக்கு நான் படிக்கப்போகும் விடயங்கள் பற்றி அம்மாவும் ஐயாவும் சொல்லிக்கொண்டிருந்தார்கள். அந்த விசயத்தைக் கேட்டதும் மாமா உடனேயே அது நல்லதல்ல என்பதுபோல் தன் அபிப்பிராயத்தைக் கூறத் தொடங்கி விட்டார்.

"விடுதியில் போயிருந்து படிக்க விடவேண்டாம். அப்படிப் போயிருந்து படித்தால் பெண்பிள்ளைகள் கெட்டுப் போய் விடுவார்கள்" என்று அவர்களிடம் சொல்லிக் கொண்டிருந்தார்.

ஏற்கெனவே அம்மாவுக்கும் ஐயாவுக்கும் நான் போவதில் அதிக இஷ்டம் இல்லாமல் இருக்கும் பட்சத்தில் எங்கள் பள்ளித் தலைமை ஆசிரியரின் வேண்டுதலுக்கு இசைந்துதான் பின்னர் சம்மதித்திருந்தார்கள். இப்போ மாமா வந்து இப்படிக் குழப்பியதும் ஒரேயடியாகப் போக வேண்டாம் என்று என்னைத் தடுத்துவிட்டார்கள். எனக்கோ கவலை தாங்க முடியவில்லை. "என்னை போய் படிக்க விடுங்கோ" என்று எவ்வளவோ மன்றாடி, அழுது குளறிக் கேட்டும், அம்மாவும் ஐயாவும் அதற்குச் சம்மதிக்கவேயில்லை.

எனக்குக் கிடைத்த அந்த அரிய வாய்ப்பை நான் ஏற்றுக்கொண்டு போகாததால், எனக்கு அடுத்ததாக 'பி' பிரிவில் சித்தியடைந்திருந்த மாணவியை என்னுடைய இடத்திற்காக

எனது பாடசாலை அனுப்பி, அவரை அங்கு படிப்பதற்கு ஒழுங்கு செய்தது.

(குறிப்பு: பிற்காலத்தில் அவ அங்கு படிப்பை முடித்து ஆசிரியையாகப் பணியாற்றிக்கொண்டிருந்தா என்பது குறிப்பிடத்தக்கது.)

அதன் பின்னர் ஆறாம் வகுப்பைத் தொடர்வதற்காக நான் கோப்பாய் கிறிஸ்தவக் கல்லூரியில் போய்ப் படிக்கத் தொடங்கினேன். என்னோடு சேர்ந்து வேறு பிள்ளைகளும் வந்தார்கள். இரண்டு மைல் தூரம் நடந்துதான் போய்வர வேண்டும்.

இதற்கிடையில் அண்ணரும் திருமணம் செய்து, தன் வேலை நிமித்தம் குடும்பத்தோடு தூர இடத்திற்குப் போய்விட்டார்.

•

ஐயா போன பின்னர்...

நான் கோப்பாய் கிறிஸ்தவக் கல்லூரியில் சேர்ந்து ஆறாம் வகுப்பைப் படிக்கத் தொடங்கி, மூன்றாம் மாதமே என்ரை ஐயா எதிர்பாராமல் காலமாகிவிட்டார்.

ஐயா போன பின்னர் வீட்டில் நானும் அம்மாவும் மட்டுந்தான். ஐயாவின் மறைவைத் தொடர்ந்து குடும்பத்தில் வறுமை தாண்டவமாடத் தொடங்கிவிட்டது. பாடசாலையில் ஆறு மாதங்கள் கழிய, என்னுடன் வந்து படித்துக்கொண்டிருந்த மாணவர்கள் பலரும் தாம் அங்கு கல்வி கற்றதற்கான அத்தாட்சிப் பத்திரங்களை (சேட்டிபிக்கேற்) வாங்கிக்கொண்டு வேறு பாடசாலைகளுக்குப் போகத் தொடங்கிவிட்டார்கள். அதனால் ஒருகட்டத்தில் நான் தனியாகப் பாடசாலைக்குப் போக வேண்டிய நிலை ஏற்பட்டுவிட்டது. அதனால் நானும் அங்கு படித்ததற்கான கல்வி அத்தாட்சிப் பத்திரத்தை வாங்கிக்கொண்டு முதல் படித்துக்கொண்டிருந்த அதே 'சாதனா'* பாடசாலைக்கே மீண்டும் திரும்பி வந்து, அங்கேயே ஆறாம் வகுப்பைத் தொடர்ந்து படிக்கத் தொடங்கினேன்.

---
* சாதனா பாடசாலையை 'கலட்டிப் பாடசாலை' என்றும் ஊரார் சொல்வார்கள்.

அந்த சமயத்தில் அங்கு நடந்த ஒரு சம்பவமும் என் நினைவுக்கு வருகிறது! ஒரு தடவை எங்கள் பாடசாலை யிலிருந்து ஆறாம் வகுப்பு மாணவர்களையும், ஏழாம் வகுப்பு மாணவர்களையும் பலாலியிலிருக்கும் ஆகாசக் கப்பல் இறங்குமாடத்திற்கும், கீரிமலைக் கேணிக்கும் அழைத்துச் செல்லப் போவதாக எங்கள் ஆசிரியர் தெரிவித்திருந்தார்.

அந்த நாட்களில் பிளேனை நாங்கள் 'ஆகாசக் கப்பல்' என்றுதான் சொல்வோம். எயர்ப்போர்ட்டை 'இறங்குமாடம்' என்று சொல்வோம். இவற்றைப் பார்வையிடுவதற்காக யாரெல்லாம் வர விரும்புகிறீர்களெனக் கேட்டு, அவர்களைக் கை உயர்த்தும்படியும் ஆசிரியர் எங்களைக் கேட்டார். எனக்கும் வகுப்புப் பிள்ளைகளுடன் சேர்ந்து போய்ப் பார்த்து வரச் சரியான ஆசையாக இருந்தது. நானும் பட்டென்று கையை உயர்த்திவிட்டேன்.

பின்னேரம் பாடசாலை விட்டதும் வீட்டுக்குப் போய் அம்மாவிடம் இந்தச் சுற்றுலா பற்றிச் சொல்லி, நானும் போக விரும்புகிறேனெனச் சொன்னேன். அம்மாவோ என்னை அங்கெல்லாம் போக விடமாட்டேனெனச் சொல்லி, கோபத்தில் என்னைப் பேசத் தொடங்கிவிட்டா. எனக்கோ அழுகை வந்துவிட்டது. நான் அழத் தொடங்கிவிட்டேன்.

எங்கள் வீட்டுக்கு எதிர் வீட்டிலிருக்கும் என்ரை வகுப்புப் பிள்ளையொன்றும் இந்தச் சுற்றுலாவுக்குப் போவதாக என்னிடம் சொல்லியிருந்தா. அவவும் நானும் ஒன்றாகத்தான் புறப்படுவதாக முதல் நாள் பேசி வைத்திருந்தோம். அதுபோல் அந்தப் பிள்ளை மறுநாள் காலை என் வீட்டு வாசலுக்கு வந்து சுற்றுலாவுக்குப் போவதற்காக "கெதியா வாரும் கெதியா வாரும்" என்று அழைத்துக்கொண்டு நின்றிருந்தா.

நான் படலையருகில் சென்று "நான் வரவில்லை. அம்மாவுக்கு விருப்பமில்லை" என்று கவலையோடு சொன்னேன்.

இந்த நிலை வருமென்று அறிந்தோ என்னவோ அந்தப் பிள்ளையின் தாயார் எனக்கும் சாப்பாடு கட்டிக் கொடுத்து, சுற்றுலா போவதற்குத் தேவையான பணமும் எனக்காகக் கொடுத்தனுப்பி என்னையும் போகும்படி தன் மகளிடம் சொல்லியனுப்பியிருந்தா. இது அம்மாவுக்குத் தெரியாது. நானும் பாடசாலைக்குச் சாதாரணமாகப்

போவதுபோல் அந்தப் பிள்ளையுடன் சேர்ந்து புறப்பட்டு விட்டேன்.

நான் ஆசைப்பட்டதுபோல் பாடசாலையிலிருந்து எல்லோருடனும் சேர்ந்து கீரிமலைக்குப் போய்விட்டோம்.

கீரிமலை என்பது எங்கள் நாட்டில் பிரசித்திபெற்ற ஒரு இடம். யாழ்ப்பாண நகரத்திலிருந்து கிட்டத்தட்ட பதினைந்து அல்லது பதினாறு மைல் தூரம் வருமென்று நினைக்கிறேன். எங்கள் பாடசாலையிலிருந்து வடக்குத் திசை நோக்கிப் பயணிக்க வேண்டும். கீரிமலையின் வடக்குப் புறந்தான் பெரிய பாக்கு நீரிணைக் கடல் இருக்கிறதென்று படித்திருக்கிறேன். அருகிலேயே சரித்திரப் புகழ்பெற்ற மாவிட்டபுரம் கந்தசாமிக் கோவில் இருக்கிறது. அங்குதான் நரியைப் பரியாக்கிய சமய, சரித்திரக் கதைகளெல்லாம் நடந்திருக்கிறதாகப் படித்திருக்கிறேன். குதிரை முகம் கொண்ட ஒரு சோழ இளவரசி (மாருதப்புர வீகவல்லி) இந்தக் கடற்கேணியில் குளித்தெழுந்தபோது அவளின் குதிரை முகம் மாறி அவள் அழகான பெண்ணாகிவிட்டாள் என்றும் சிலர் சொல்வார்கள். இதெல்லாம் 800ஆம் ஆண்டுக் கதைகளாகும். அது போல் ஒரு முனிவர் இக்கோயில் அருகிலிருக்கும் ஒரு நன்னீரூற்றில் மூழ்கித் தவமிருந்து தனது கீரி முகம் மாறப்பெற்றார் என்றும் ஒரு கதை இருக்கிறது. இவற்றில் எந்தளவு உண்மை இருக்கிறதோ தெரியாது. ஆனால் எல்லோருமே இக்கதையைச் சொல்வார்கள். அதனால் அந்த இடத்தில் ஏதோ அதிசயங்கள் நடந்திருக்கிறது என்று நான் எப்போதும் யோசிப்பேன்.

அங்கு சுற்றுலா வந்திருந்த எங்கள் வகுப்பு மாணவர்கள் எல்லோரும் கேணியிலும் கடலிலும் இறங்கிக் குளிக்கத் தொடங்கினார்கள். எனக்கும் ஆசையாக இருந்தது. ஆனாலும் நான் மட்டுந்தான் அதற்குள் இறங்கிக் குளிக்கவில்லை. அதற்குக் காரணம் நான் மாற்றி அணிவதற்கு உடைகளேதும் கொண்டு செல்லவில்லை. நான் உடைகளை எடுத்து வந்தால் அது அம்மாவுக்குத் தெரிந்துவிடும் என்பதால்தான் நான் அவற்றைக் கொண்டுவரவில்லை.

'அம்மா வாத்தியார்'தான் பொறுப்பெடுத்து எங்கள் எல்லோரையும் அங்கு அழைத்து வந்திருந்தா. அவ என்னைப் பார்த்துவிட்டு "நீரும் போய் குளியும்" என்று வற்புறுத்திக் கொண்டேயிருந்தா. நான் உடைகள் கொண்டுவராதது பற்றிக் கூறினேன். அவ அத்தோடு விட்டுவிட்டா.

வழமையாகப் பாடசாலை விடும் நேரத்திற்கே எல்லோரும் வீட்டுக்குப் போய்விட்டோம். அதனால் நான் சுற்றுலா போனதுபற்றி அம்மாவுக்குத் தெரிய வாய்ப்பில்லாமல் போய்விட்டது. அதனால் நான் தப்பிக்கொண்டேன்.

அம்மாவின் அளவுக்கு மீறிய கட்டுப்பாட்டினால் நான் இத்தகைய சிரமங்களை எப்போதும் சந்தித்துக்கொண்டேயிருக்க வேண்டியிருந்தது. அது ஒரு துயரந்தான்!

●

அது ஒரு காலம்

எங்கள் வீட்டுக்கு அருகில் ஒரு குளம் இருக்கிறது. குளம் இருக்கும் இடத்தை நாங்கள் 'குளத்தடி' என்றுதான் சொல்வோம். குளத்திற்குள் நிறையத் தாமரைப் பூக்கள் இருக்கின்றன. குளத்தைச் சுற்றிப் பனை மரங்கள், ஈச்ச மரங்கள் நிறைந்து கிடக்கும். முன்பு அநேகமானோர் வீடுகளில் மலசலகூடம் கிடையாது. கொஞ்சம் வசதி படைத்தவர்களது வீடுகளில் மட்டும் இருக்கும். கிராமச் சங்கத்தால் மலசலகூடம் கழுவித் துப்பரவாக்கும் தொழிலாளர்களை அனுப்பி அவற்றைத் துப்பரவு செய்விப்பார்கள்.

இத்தகைய சூழலில் அநேகமான ஆண்கள் மலசலம் கழிப்பதற்கு இந்தக் குளத்தடிக்குத்தான் வருவார்கள். எனது தகப்பனாரும் இந்தக் குளத்தடிக்குத்தான் வருவார். திரும்பி வீட்டுக்கு வரும்போது பனம்பழக் காலமென்றால் பனம்பழங்களோடு வருவார். அவர் கொண்டுவரும் பனம்பழங்களை அடுப்பிற்குள் போட்டு நெருப்பில் சுட்டுச் சாப்பிடுவோம். அதன் சுவையோ சுவை. இப்போதெல்லாம் அவை சாப்பிடக் கிடைக்குமோ தெரியவில்லை. இதைவிடப் பனம்பழங்களை உரித்துப் பிசைந்து அதிலிருந்து எடுக்கும் பனங்கழியில் அம்மா பனங்காய்ப் பணியாரம் செய்து தருவா. அது வேறொரு சுவை. பனங்கழியினுள் சீனி போட்டுக், கொஞ்சம் அவித்த கோதுமையும் கலந்து இரு விரல்களால் கிள்ளிக் கொதிக்கும் எண்ணெய்க்குள் போடும்போது அவை உருண்டையாகத் திரண்டு பொரியும். பொரியும்போதே வாசம் காற்றில் பரவத் தொடங்கிவிடும். செம்மஞ்சள் நிறத்தில்

பொரிந்துவரும் பனங்காய்ப் பணியாரத்தைக் கைகளுக்குள் அள்ளிவைத்து நாளெல்லாம் சாப்பிட்டாலும் அலுக்காது.

ஈச்ச மரங்கள் குருத்து வைத்ததும் குளத்தடியைச் சுற்றியிருக்கும் ஈச்சம் பற்றைகளிலிருந்து ஐயா ஈச்சங் குருத்துகளைப் பிடுங்கி வருவார். அவை சாப்பிடத் தேன் மாதிரி இனிப்பாக இருக்கும். பிறகு அவை பிஞ்சுகள் பிடிக்கும்போது அவற்றையும் பிடுங்கிவந்து தருவார். அதன்பிறகு அவை செம்பழங்களாகும் காலத்தில் அவற்றைக் குலைகுலையாக வெட்டிக்கொண்டு வந்துவிடுவார்.

அப்போது எங்கள் வீடு மண்வீடு, கிடுகு மேய்ச்சல் கூரைகள். உட்புறம் முகடுகள் வளைகள் எல்லாம் எட்டக்கூடிய உயரத்தில்தான் இருக்கும். ஐயா கொண்டுவந்த ஈச்சம்பழக் குலைகளை உப்புத் தண்ணீர் தெளித்துக் கயிற்றினால் கட்டி, முகட்டில் தொங்கவிட்டுவிடுவார். செம்பழங்களெல்லாம் இரண்டு நாட்களில் பழுத்துவிடும். பழங்கள் கறுப்பு நிறமாக மாறிவிடுவதால் அவற்றைச் சரியாக இனங்கண்டு பிடுங்கி உண்ண ஏதுவாக இருக்கும். போகவும் வரவும் பிடுங்கிப் பிடுங்கி, பக்கத்து வீட்டுச் சரசக்காவுக்கும் கொடுத்துச் சாப்பிட்டுக்கொண்டேயிருப்பேன்.

இவை தவிர நாவற்பழக் காலம், இலந்தைப்பழக் காலம் என ஒவ்வொரு பருவ காலங்களிலும் ஒவ்வொரு பழ மரங்கள் காய்த்துக் கொட்டும். அந்தந்தக் காலங்களில் அவற்றைத் தேடிப்போய்ப் பிடுங்கியோ பொறுக்கியோ வந்து சாப்பிடத் தவறமாட்டோம்.

இப்போது இவைபற்றிச் சொன்னால் என் பேரப் பிள்ளைகள் "நாவற்பழமா? இலந்தைப்பழமா? அது எப்படி இருக்கும்? ருசியாக இருக்குமா? இனிக்குமா புளிக்குமா?" என்றெல்லாம் நிறையக் கேள்விகள் கேட்கிறார்கள். வெளிநாடுகளில் வாழ்ந்துகொண்டிருக்கும் அவர்களுக்கு அவற்றைப் பார்க்கவோ, ருசிக்கவோகூடச் சந்தர்ப்பங்கள் கிடைக்கவில்லை என்று நினைக்கும்போது எனக்கு மிகவும் மனவருத்தமாக இருக்கும். எங்கள் நாடும் ஊர்களும் எவ்வளவு செழிப்பானவை. எல்லா இயற்கை வளங்களும் நிறைந்தவை. இந்த அந்நிய நாடுகளில் இருந்துகொண்டு அவற்றின் சுவை பற்றிச் சொல்வதென்றால் எப்படித்தான் சொல்வது?

ஊரில் வாழ்ந்த இனிமையான அந்த வாழ்வு இந்த அந்நிய தேசத்தில் கிடைக்கவே கிடைக்காது. நாங்கள் மனம்போலச் சாப்பிட்ட அந்தப் பழங்களையெல்லாம் நினைக்க நினைக்க எவ்வளவு சந்தோசமாக இருக்கிறது!

அது ஒரு பொன்னான காலம்!

●

சந்திரா இரவீந்திரன்

எனது ஆசைகளும் என் அம்மாவும்

சாதனா பாடசாலையில் நான் ஆறாம் வகுப்பினைத் தொடர்வதற்காக மீளவும் அங்கு சென்று படித்துக்கொண்டிருக்கும்போதே அதனை ‘மகா வித்தியாலயம்’ என்று தரம் உயர்த்தி விட்டார்கள். அங்கிருந்தே மேல் வகுப்புகளையும் படித்து, எல்லா வகுப்புகளிலும் சிறப்பான புள்ளிகள் எடுத்துச் சித்தியடைந்துகொண்டிருந்தேன்.

நான் வயதுக்குவந்த பின்னர் பாடசாலைக்குப் போகும்போதெல்லாம் அரைத்தாவணி சட்டை அணிந்து செல்வதுதான் வழமை. அப்போது எனக்குப் பதின்நான்கு வயது இருக்கும். பக்கத்து வீட்டிலிருக்கும் சரசக்காவும், அவர்களது குடும்பத்தினரும் அடிக்கடி கோவில், சினிமா, சேர்க்கஸ் எனத் தமது காரில் சுற்றித் திரிந்து வருவார்கள். என்னையும் தம்மோடு வரும்படி அழைப்பார்கள். ஆனால் நான் அம்மாவைக் கேட்டால், அம்மா ஒருநாளும் என்னை அவர்களோடு போய்வருவதற்கு அனுமதி தரமாட்டா.

ஆனால் ஒருநாள் ஆச்சரியமாக, சேர்க்கஸ் பார்க்கப் போவதற்கு தம்மோடு என்னை விடும்படி பக்கத்து வீட்டு அக்கா, என் அம்மாவைக் கேட்ட போது முதலில் மறுத்தாலும், இறுதியில் அந்த அக்காவின் கரைச்சல் தாங்காமல் அம்மா எனக்கு அனுமதி தந்துவிட்டா.

நானும் குதூகலத்தோடு உடைகளை மாற்றி வெளிக்கிடத் தயாரானேன். உடனே அந்த அக்கா

"பாவாடை சட்டை அணிந்தால் போதும். சேலை அரைத்தாவணி வேண்டாம்" என்று சொன்னா. நானும் சரியென்று பாவாடை சட்டை அணிந்து தயாராகினேன். ஆனால் அம்மாவோ "தாவணி கட்டிக்கொண்டு போ" என்று சொல்லிக்கொண்டேயிருந்தா. நான் அம்மாவின் சொல்லைக் காதில் வாங்காமல் அந்த அக்கா சொன்னதுபோல் பாவாடை சட்டை அணிந்துகொண்டு போய்விட்டேன்.

அம்மாவுக்கு என்மேல் சரியான கோபம். நான் வீட்டை விட்டுப் புறப்பட்ட பிற்பாடு என்னுடைய ஆறேழு தாவணி களையும் எடுத்து, ஒன்றோடு ஒன்றாக முடிந்து, அவற்றை முற்றத்தில் கொண்டுவந்து போட்டுவிட்டு மண்ணெண்ணெய் ஊற்றிக் கொளுத்துவதற்கு ஆயத்தம். தற்செயலாகப் பக்கத்து வீட்டு சரசக்காவின் தம்பியார் தமது வீட்டு யன்னல்வழியாக இதனைக் கண்டுவிட்டார். உடனே ஓடோடி வந்து, தீப்பெட்டியை அம்மாவிடமிருந்து பறித்து, தாவணிகளையும் எடுத்துக் கொண்டுபோய் உள்ளே வைத்துவிட்டார்.

எனக்கு இவையெதுவும் தெரியாது. நான் சேர்க்கஸ் முடிந்து வீடு திரும்பிய பின்னர் இரவு படுத்துவிட்டேன். மறுநாள் காலை பாடசாலை செல்லும்போது அணிவதற்காக என் தாவணியைத் தேடினேன். ஒரு தாவணியையும் காணவில்லை. அம்மாவைக் கேட்டேன்.

"கிணற்றடியில் இருக்குது" என்று ஒருமாதிரிச் சொன்னா. ஓடிப்போய்ப் பார்த்தேன். கிணற்றடியில் எல்லாம் குவித்து வைக்கப்பட்டிருந்தது. ஒரே மண்ணெண்ணெய் நாற்றம். பாடசாலைக்கு நேரமாகிவிட்டது. இப்போ அணிவதற்குத் தாவணி இல்லை. சரசக்காவிடம் ஓடிப்போய் அழுதழுது நிலவரத்தைச் சொன்னேன். அவ என்னைத் தேற்றி, தனது தாவணி ஒன்றை எடுத்துவந்து எனக்கு அதைக் கட்டிவிட்டா.

"சரி அழாதை. இப்போதைக்கு இதோட போயிட்டு வா" என்று சொல்லி என்னை அனுப்பிவைத்தா.

பின்பு பாடசாலையால் வந்தபின்னர் எல்லாத் தாவணிகளையும் ஒவ்வொன்றாக மண்ணெண்ணெய் மணம் போகும்வரை கழுவிக் காயவைத்தேன்.

அந்த சம்பவத்தை இப்போது நினைத்தாலும் சிரிப்பதா அழுவதா என்று மனதிற்குள் தோன்றும்!

●

சந்திரா இரவீந்திரன்

பருவப் பெண்ணும் பள்ளிக்கூடமும்

1950ஆம் வருடம் நான் எஸ்.எஸ்.சி படிக்கும் போது எனக்குப் பதினைந்து வயது. அந்த வருடம் ஆவணி மாதம் எஸ்.எஸ்.சி, என்று சொல்லப் படும் அந்தப் பத்தாம் வகுப்பிற்குரிய பரீட்சை எடுப்பதற்காக அனுமதிப் பத்திரங்களை அனுப்பி வைத்திருந்தார்கள்.

அடுத்த மாதமான புரட்டாதி மாதம் அண்ணரின் மனைவிக்குக் குழந்தை பிறந்திருப்ப தாகக் கூறி, உதவிக்கு ஆள் தேவையென்று அண்ணர் வந்து, அம்மாவையும் என்னையும் தாம் வேலை பார்க்கும் ஊருக்கு அழைத்துக்கொண்டு போய்விட்டார்.

அதற்குப் பின்னர் இரண்டு மாதங்கள் கழித்துத் தான் நான் திரும்பவும் ஊர்வந்து பழையபடி பாடசாலைக்குப் போகத்தொடங்கினேன். அச்சமயம் முதலில் இருந்த தலைமை ஆசிரியர் மாற்றலாகிப் போயிருந்தார். அவருக்குப் பதிலாக வேறொரு புதிய பெண் தலைமை ஆசிரியர் வந்திருந்தார்.

அவர் என்னை அழைத்து "ஏன் இரண்டு மாதங்களாகப் பாடசாலை வரவில்லை" என்று கேட்டார். நானும் நடந்ததை விபரமாகச் சொன்னேன்.

"லிற்றோல் பரீட்சைக்குத் தோற்றாதபடியால் நீர் இம்முறை எஸ்.எஸ்.சி பரீட்சை எடுக்க முடியாது. அடுத்த வருடந்தான் எடுக்கலாம்" என்று அவர் சொல்லிவிட்டார்.

எனக்குத் துயரம் தாங்க முடியவில்லை. அழத் தொடங்கி விட்டேன். பரீட்சைகளில் என்னைவிடக் குறைந்த புள்ளிகள் எடுக்கும் மாணவர்கள் எல்லாம் எஸ்.எஸ்.சி பரீட்சை எடுக்கப் போகிறார்கள், ஆனால் நான் திரும்பவும் ஒருவருடம் படித்து, அடுத்த வருடந்தான் எடுக்கலாம் என்று நினைக்கும்போதே எனக்கு எதுவும் செய்யத் தோன்றவில்லை.

என்னுடைய வறுமை நிலையை நினைத்துப் பார்த்தேன். யோசனையாக இருந்தது. திரும்பவும் இன்னுமொரு வருடம் படிக்க வேண்டுமென்றால் அது என் குடும்ப நிலைக்குத் தோதாக இருக்காது. கவலை ஒருபுறம், ஏமாற்றம் ஒருபுறம். அப்படியே வீட்டில் நின்றுவிட்டேன். இரண்டு வருடங்கள் பாடசாலைப் பக்கமே நான் போகவில்லை.

அந்தச் சமயத்தில் நான் பல்வேறு சுயவேலைகளில் என்னை ஈடுபடுத்திக்கொண்டிருந்தேன்.

எங்கள் அயலில் உள்ளவர்கள் பலரும் வயல் வேலை செய்பவர்கள். அவர்கள் நெல் அறுவடை முடிந்ததும் பயறு, உழுந்து என உபதானியங்கள் விதைப்பார்கள். அவை முற்றி, நெற்று வரும் காலத்தில் என்னையும், அயலிலுள்ள எனது சிநேகிதப் பிள்ளைகளையும் விளையாட்டாக வேலை செய்யலாமென உதவிக்கு அழைப்பார்கள். நாங்களும் சந்தோசமாகப் போய், ஒவ்வொருநாளும் ஒவ்வொரு வருடைய விளைச்சல் நிலங்களில் நெற்றுப் பிடுங்கிக் கொடுப்போம். அவர்கள் அவற்றைத் தமது வீட்டுக்குக் கொண்டுபோய்க் காயவைத்து, பின்னர் அடித்து, பிடைத்துப் பயறு தானியங்களை வேறாக்கி எடுப்பார்கள்.

கடைசியில் இரண்டு அல்லது மூன்று கொத்துப் பயறு, உழுந்து தானியங்களை நெற்றுப் பிடுங்க உதவிய எங்கள் எல்லோருக்கும் தருவார்கள்.

அம்மா பயறை வறுத்துக் குற்றி, ஒவ்வொரு வெள்ளிக் கிழமையும் பயற்றங்கறி காய்ச்சித் தருவா. மிகவும் ருசியாக இருக்கும். அதைவிட அம்மா அடிக்கடி பயற்றங் கொழுக் கட்டையும் அவித்துத் தருவா. அந்தக் காலத்தில் துவரம் பருப்போ, மைசூர்ப்பருப்போ நாம் கண்டறியோம். அநேகமாக எல்லா உணவுப் பண்டங்களுக்கும் பயறுதான் கைகொடுக்கும்.

பயறை வறுத்து, அவித்து, தேங்காய்ப்பூ, சர்க்கரை யாவும் சேர்த்து, உரலில் போட்டுத் துவைத்துக் காலை உணவாக

அதனை அடிக்கடி சாப்பிடுவோம். அதன் சுவையே தனிதான்.

வயல் பக்கங்களிற்குப் போகும் வேளைகளில் நானும் தோழிகளுமாக வயலோரங்களில் வளர்ந்திருக்கும் பயிரிக் கீரைகளை யார் கனக்கப் பிடுங்குவதென்று போட்டிபோட்டுப் பிடுங்குவோம். அவற்றை அம்மாவிடம் கொண்டுவந்து கொடுத்தால் அம்மா அவற்றைத் துப்பரவாக்கி, மாங்காயும் போட்டுக் கடைந்து தருவா. அந்த ஒரு கறியே போதும், தனியே சோற்றோடு சாப்பிடலாம். அவ்வளவு ருசியாக இருக்கும்.

அப்படி ஒரு காலம் சந்தோசமாக இருந்தது!

வீடும் நானும்

பக்கத்து வீட்டு சரசக்கா எஸ்.எஸ்.சி. பரீட்சை எடுத்து சித்தியடைந்த பின்னரும் படிப்பைத் தொடர முடியாத துரதிர்ஷ்டத்திற்கு ஆளாகியிருந்தா. அவவின் தாயார் சுகவீனமாகி இருந்ததால் அவவால் அந்தப் படிப்பைத் தொடர முடியாமல் வீட்டிலேயே தாயாருக்கு உதவியாக இருந்துவிட்டா.

பக்கத்து வீட்டு சரசக்கா நன்றாக றேந்தை பின்னுவா. சுவெற்றர்கள் பின்னுவா. அவவிடந்தான் நான் றேந்தை பின்னப் பழகினேன். பாவாடை சட்டை தைப்பதற்காக நான் துணிகள் வாங்கிக் கொடுத்தால் அவ எனக்கு அவற்றை அழகாகத் தைத்துத் தருவா. நானும் தலையணை உறை, கதிரைச் சீலை, மேசைச் சீலை எனப் பூக்கள் போட்டு அவவுக்குத் தைத்துக் கொடுப்பேன். எங்கள் இருவருக்கிடையேயும் இருந்த அந்த நட்பும் அன்பும் அக்கறையும் வெகுகாலம் நீடித்திருந்ததை இப்போதும் நினைத்துப் பார்க்கிறேன். எமது வாழ்வில் நாம் ஆசையோடு காத்திருந்த ஏதோவொன்று கைதவறிப்போன தருணத்தின் நாமறியாப் புள்ளியிலிருந்து ஆரம்பமாகிய ஓர் ஈர்ப்பாக அது இருந்திருக்கலாமென்று இப்போது எண்ணத் தோன்றுகிறது.

இத்தனைக்கும் நான் சமையல் வேலையெதுவும் கற்றுக்கொள்ளவில்லை. அதில் அத்தனை ஆர்வம் காட்டவுமில்லை. ஒருநாள் மரணச் சடங்கு ஒன்றிற்கு அம்மா போக வேண்டியிருந்தது. அன்றைக்கு அம்மா என்னை அழைத்து "நான் செத்த வீட்டுக்குப்

சந்திரா இரவீந்திரன்

போயிட்டு வாறன். நீ சோறு சமைத்து வை" என்று சொல்லிவிட்டுப் போய்விட்டா.

அந்த நாட்களில் வெள்ளைக் கண்ணாடிப் பச்சை அரிசிதான் அநேகமாகச் சமைப்பார்கள். அந்த அரிசியைப் பொறுத்தமட்டில் அதனை நீர் கொதிக்கும் பானைக்குள் போட்டவுடன் வடித்துவிட வேண்டும். ஆனால் எனக்கது தெரிந்திருக்கவில்லை. நான் அரிசியை அவியவிட்டபோது அது நன்றாகக் கரைந்து சோற்றினை வடிக்க முடியாதவாறு இறுகி வந்துவிட்டது. நான் உடனே பக்கத்து வீட்டுச் சரசக்காவைக் கூப்பிட்டு என்ன செய்யலாமெனக் கேட்டேன். "கொஞ்சத் தண்ணீரை விட்டுவிட்டு அதன் பின்னர் வடி" என்று ஐடியா சொன்னா. நானும் சரியென்று கொஞ்சத் தண்ணீரை விட்டேன். ஆனால் அதுவோ சோறு மில்லாமல் கஞ்சியுமில்லாமல் 'கொள கொளா' என்று வந்துவிட்டது.

செத்தவீட்டால் அம்மா வந்ததும் குளித்துத் தோய்ந்துவிட்டு நல்ல பசியோடு சாப்பிடுவதற்கு வந்து அமர்ந்துகொண்டா. பானையைத் திறந்து சோற்றைப் பார்த்தா. அவ்வளவுதான். அவவுக்குத் தலைகால் புரியாதளவிற்குக் கோபம் வந்துவிட்டது. ஓடிப்போய் வீட்டுப் படலையை இழுத்து, இறுக்கிப் பூட்டினா. வீட்டுக்குள்ளிருந்த பெட்டகத்தை இழுத்து, அதில் ஏறி நின்றுகொண்டு தனக்குத் தானே தூக்குப் போடுவதற்காகக் கயிறொன்றை எடுத்து வளையில் எறிந்து கட்டிக்கொண்டிருந்தா. நான் பயந்துபோய் கத்திக் குளறினேன். எனது சத்தம் கேட்டுப் பக்கத்து வீட்டுச் சரசக்கா உட்பட அயலவர்கள் சிலர் படலையை இழுத்துப் பிய்த்துக்கொண்டு உள்ளே ஓடிவந்தார்கள். அம்மாவை இழுத்துக் கீழே இறக்கி, வெளியில் அழைத்து வந்து நன்றாகப் பேசிப்போட்டுப் போனார்கள். அது என் வாழ்க்கையில் நடந்த மறக்கமுடியாத சம்பவங்களில் ஒன்று!

●

மீண்டும் படிப்பு

இரண்டு வருடங்கள் ஓடிவிட்டன! 1953ஆம் ஆண்டு நடந்துகொண்டிருக்கிறது. எனக்குப் பதினெட்டு வயது ஆகிவிட்டது. என்னுடைய சிநேகிதப் பிள்ளைகள் சிலர் என்னை மீண்டும் படிக்க வரும்படி அழைத்தார்கள். ஏற்கெனவே எனக்குள் ஒளிந்திருந்த, படிக்க வேணும் என்ற ஆசையும் ஆர்வமும் என்னை மீண்டும் அருட்டத் தொடங்கிவிட்டது. அந்நேரம் அண்ணரும் வேலை மாற்றலாகிக் குடும்பத்துடன் யாழ்ப்பாணப் பக்கம் வந்துவிட்டார். அண்ணியும் வீட்டோடுதான் இருந்தா.

அப்போது நான் என் ஆசையைச் சொல்லி அண்ணரிடம் படிக்கப் போவதற்காக அனுமதி கேட்டேன்.

"சரி.. விரும்பினால் போய்ப் படி" என்று அண்ணரும் சொல்லிவிட்டார். எனக்கோ தலைகால் புரியாத சந்தோசம்.

அதன்பின்னர் நான் 'கோப்பாய் கிறிஸ்தவக் கல்லூரிக்குப் போய்ப் படிக்கலாமென யோசித்து, மறுநாள் அங்கு படிக்கும் சில மாணவர்களோடு சேர்ந்து அந்தப் பாடசாலைக்குப் புறப்பட்டேன். கோப்பாய் கிறிஸ்தவக் கல்லூரி எனது வீட்டிலிருந்து ஒன்றரை மைல் தூரத்தில் இருக்கிறது. அங்கு போய்ப் பாடசாலையின் தலைமை அதிபருடன் கதைத்தேன். எஸ்.எஸ்.சி. பரீட்சை எடுக்கவிருந்த நிலையில் அது எடுக்க முடியாமல் போனதும், பின்னர் இரண்டு

வருடங்கள் கல்லூரிக்கு வராமல் இருந்ததும் என எல்லா விடயங்களையும் சொன்னேன்.

அவருக்கு என் நிலமை தெளிவாக விளங்கியிருந்தபோதும் மிகவும் யோசித்தார். இறுதியில் "இரண்டு வருடங்கள் நீர் பாடசாலைக்கே வராமல் இருந்ததால் எஸ்.எஸ்.சி. பரீட்சை இப்போ உடனே எடுக்க முடியாது. 9ஆம் வகுப்புப் பிள்ளைகளுடன் சேர்ந்திருந்து இப்போ படியும். அடுத்த வருடம் அவர்களோடு சேர்ந்து 10ஆம் வகுப்பிற்கு வந்த பின்னர் அந்தப் பரீட்சையை எடுக்கலாம்" என்றார். நான் யோசித்துக்கொண்டு நின்றிருந்தேன்.

"அப்பிடியில்லையென்றால் மாணவர்களுக்கான வரவுப்பதிவுப் புத்தகத்தில் பதியாமல் பத்தாம் வகுப்புப் பிள்ளைகளோடு சேர்ந்து படியும். பிறகு காசு கட்டிப் பரீட்சையை எடுக்கலாம்" என்று அதிபர் சொன்னார். எனக்கது கொஞ்சம் பரவாயில்லையென்று தோன்றியது. நான் அவ்வாறு படிப்பதற்குச் சம்மதித்தேன். அதற்கமைய என் பத்தாம் வகுப்புப் படிப்பைக் கோப்பாய் கிறிஸ்தவக் கல்லூரியில் தொடரத் தொடங்கினேன். அச்சமயம் வகுப்பில் எனது பெயர் பதிவில் இல்லையென்றாலும் என்னையும் மற்றைய மாணவர்கள்போலவே ஆசிரியர்கள் கவனித்துக்கொள்வார்கள். வகுப்புப் பரீட்சைகளிலும் பங்குகொள்ள அனுமதிப்பார்கள்.

பத்தாம் வகுப்பின் இறுதி ஆண்டுப் பரீட்சையில் நான் பணம் கட்டிப் பரீட்சைக்கு விண்ணப்பித்திருந்தேன். விண்ணப்பப் பத்திரம் ஏற்றுக்கொள்ளப்பட்டு நான் பரீட்சையில் அமர்வதற்கு அனுமதி தந்திருந்தார்கள்.

எனது பத்தாம் வகுப்பிற்கான எஸ்.எஸ்.சி. இறுதிப் பரீட்சை 1953ஆம் ஆண்டு மார்கழி மாதம் நடைபெற்றது. நான் பரீட்சையில் பங்குகொண்டு ஆறு பாடங்கள் சித்தியடைந்திருந்தேன். அதனைத் தொடர்ந்து மேற்கொண்டு படிக்கலாமென்றும் முடிவெடுத்திருந்தேன்.

எவ்வளவு ஆர்வம், எவ்வளவு திறமை இருந்தாலும் படித்து நல்லாக வருவதற்கு ஒரு விதியமைப்பும் வேண்டுமல்லவா?

என்னுடைய வாழ்வில் அது எப்போதும் குறுக்கே வந்து விளையாடிக்கொண்டே இருந்திருக்கிறது!

•

காதலும் வாழ்வும்

இந்தக் காலகட்டத்தில்தான் எனக்கும், எனது அண்ணியின் தம்பியாருக்குமிடையில் காதல் அரும்பியிருந்தது. அண்ணிக்கு ஒரேயொரு சகோதரன் மட்டுந்தான்.

என் அண்ணருக்கு அவர் நண்பர் என்பதாலும், என் அண்ணரோடு சேர்ந்து அவரும் பொலிஸ் உத்தியோகத்தராகப் பணிபுரிந்து கொண்டிருந்ததாலும் அவர் எங்கள் வீட்டுக்கு வந்துபோகிற சந்தர்ப்பங்கள் அடிக்கடி நிகழ்ந்து கொண்டிருந்தன.

அவர் சண்டிலிப்பாயைச் சேர்ந்தவர். சின்ன வயதிலேயே அவர் தாய் தந்தையரை இழந்து விட்டிருந்தார். ஒரேயொரு தமக்கையான என் அண்ணிதான் அவரைத் தாய்க்குத் தாயாக இருந்து வளர்த்தது என்று சொல்வார்.

அழகும் கம்பீரமும் நிறைந்த, பண்பான பழக்கவழக்கங்கள் நிறைந்த ஒரு வாலிபனாகத்தான் எனக்கு அவர் தோன்றினார். செவசெவ என்று கவர்ச்சியான உடல்வாகு. நான் நிறம் குறைந்தவள் என்பதால் ஒருவிதத் தாழ்வுமனப்பான்மை என்னையறியாமலே எப்போதும் எனக்குள் இருப்பதுண்டு. ஆனால் அவரோ அதையெல்லாம் பொருட்படுத்தாமல் என் குணத்தையும் பண்பையும் தான் நேசிப்பதாகச் சொல்லுவார்.

ஒரு ஆணுக்கும் பெண்ணுக்கும் இடையில் தம்மையறியாமலே ஏற்படும் ஈடுபாடும் நேசமும்

இறுதியில் காதலில் போய்ச் சங்கமிப்பது என்பது புதினமல்லத் தானே. எப்படியோ இருவர் மனங்களும் ஒன்றுசேர்ந்து வாழத் துடித்துக்கொண்டிருந்தன. ஆனால் அதுபற்றி வேறுயாருக்கும் அப்போது தெரியாது.

இந்தக் காதல் எப்போது எப்படி எந்தப் புள்ளியில் ஆரம்பித்தது என்றெல்லாம் சரியாக என்னால் சொல்லிவிட முடியவில்லை. அந்த மாயவலைக்குள் இருவரும் அகப்பட்டது என்னவோ மறுக்கமுடியாத உண்மைதான்.

பருவ வயதும் காதலும் சேரும்போது உலகம் சிறியதுபோல் ஆகிவிடுகிறது! அப்படித்தான் அப்போது எனக்கும் இருந்திருக்கிறதுபோலும். அதைவிட எதுவும் சிறந்ததில்லை, முக்கியமானதுமில்லை என்ற உணர்வு என்னை ஆட்கொண்டிருக்க வேண்டும்.

அதனால்தான், நான் எஸ்.எஸ்.சி. பரீட்சை சித்தியடைந்த பின்னர் தொடரவிருந்த படிப்பைப்பற்றி அவரிடம் சொன்ன போது இதுவரை படித்தது போதுமென்றும், இனிமேல் பாடசாலைக்குப் போகவேண்டாமென்றும் அவர் சொல்ல, நானும் எதுவும் பேசாமல் இருந்திருக்கிறேன். அதன்பின்னர் பாடசாலைக்குப் போகாமல் நின்றிருக்கிறேன். என்னால் அவரின் சொல்லை மீற முடியவில்லையா அல்லது அவர் மேலிருந்த காதல் என் படிப்பை விஞ்சிவிட்டதா என்று இப்போது சொல்லத் தெரியவில்லை.

'படிப்பை நான் தொடர்ந்திருந்தால்' என்று இப்போது நினைக்கும்போது என் வாழ்க்கைப் படகு ஒருவேளை வேறு திசையில் சென்றிருக்கக்கூடுமென்றும் தோன்றுகிறது.

அதனைத் தொடர்ந்து அடுத்த வருடமே (1954ஆம் ஆண்டு) எனக்கும், நான் காதலித்தவருக்கும், எனது அண்ணாவே முன்னின்று திருமணம் செய்து வைத்தார். அந்தக் காலத்தில் காதல் திருமணங்கள் நிறைவேறுவதில் தமிழச் சமூகங்களிடையே நிறையப் பிரச்சினைகள் இருந்தன. பலரது காதல்கள் தோற்றுப் போனதைத்தான் நான் கண்டிருக்கிறேன். அதற்கு காதலிப்பவர்களின் குடும்ப அந்தஸ்து, சாதி, மதம், ஆணின் படிப்பு, வேலை, சம்பாத்தியம், பெண்ணின் சீதனம், பணவசதி எனப் பல காரணங்கள் இருந்தன. இத்தகைய சூழ்நிலையில் நிறைவேறிய காதல் திருமணங்களில் எனது திருமணமும் ஒன்றென்று சொல்லலாம்.

எங்கள் திருமணத்திற்குப் பிறகு வாழ்க்கை மிகுந்த மகிழ்ச்சியாகவேதான் இருந்தது. மறுவருடம் 1955இல்

எனக்கு முதல் குழந்தை பிறந்தது. அப்போது என் கணவர் கொழும்பில் போலீஸ் உத்தியோகத்தராக வேலை பார்த்துக் கொண்டிருந்தார். அதனால் குழந்தை பிறந்தபின்னர், நானும் குழந்தையோடு அவர் வேலை பார்த்துக்கொண்டிருந்த இடத்திற்கே போய்விட்டேன்.

நான் முதன்முதலாகச் சென்ற இடம் கொழும்பிலிருக்கும் 'கடவத்த' என்ற இடம். அது சிங்களவர்கள் வாழும் முக்கியமான ஒரு பகுதி. நாங்கள் அங்கு வாடகைக்குக் குடியிருந்த வீடும் ஒரு சிங்களவரின் வீடுதான். என் அம்மாவும் என்னோடு அங்கு வந்து விட்டா. ஆறேழு மாதங்கள் சிங்களம் கதைக்கத் தெரியாமல் மிகவும் சிரமப்பட்டேன்.

நாங்கள் குடியிருந்த வீட்டின் உரிமையாளர், எங்கள் வீட்டிற்கு முன்னாலிருக்கும் வீட்டில்தான் வசித்து வந்தார்கள். அவர்கள் எப்போதும் முன்னாலிருக்கும் றோட்டைக் கடந்துவந்து, எங்கள் வீட்டுக் கிணற்றில்தான் நல்ல தண்ணீர் அள்ளிக்கொண்டு போவார்கள். அவர்கள் கிணற்றடிக்குப் போகும்போது எங்களது சமையல் அறையைத் தாண்டித்தான் போக வேணும். அப்படிப் போகும் வேளைகளில் சமையலறை வாசலில் நின்று உள்ளே எட்டிப்பார்த்து என்னிடம் கதை கேட்பார்கள். எனக்கோ அவர்கள் பேசுவது எதுவுமே விளங்காது. பதிலுக்கு எதுவும் பேச முடியாமல் சங்கடப்படுவேன். மனதிற்குள் வெட்கமாக இருக்கும். பின்னர் நான் அவர்கள் வருவதைக் கண்டால் சமையலறைக் கதவைப் பூட்டிவிட்டுப் பேசாமல் இருந்துவிடுவேன். இதனைக் கவனித்த அவர்களுக்கு நான் அப்படிச் செய்வது ஒருமாதிரியாகப் போய்விட்டதுபோலும்.

அவர்கள் என்னை 'நோனா' என்றும் என் கணவரை 'றாலாமி' என்றுந்தான் கூப்பிடுவார்கள். ஒருநாள் என் கணவரை அழைத்து "எங்களைக் கண்டதும் நோனா கதவைச் சாத்திப்போட்டு இருக்கிறா. ஏன் அப்படிச் செய்கிறா?" என்று கேட்டுவிட்டார்கள்.

அதற்கு என் கணவர் "அவவுக்குப் பாஷை தெரியாது. அதனால்தான் வெட்கப்பட்டு அப்படிச் செய்திருக்கிறா" என்று கூறியிருக்கிறார்.

அவர்கள் அதனைக் கேட்டுவிட்டு "இல்லையில்லை. அப்படி செய்யக் கூடாது. எங்களுடன் கதைத்துப் பழகினால்தான் சிங்களம் பேசவும் பழகலாம்" என்று கூறினார்களென என் கணவர் வந்து சொன்னார்.

இந்த சம்பவத்திற்குப் பிறகு நானும் அதிகம் ஒதுங்கிக் கொள்ளாமல் கொஞ்சம் கொஞ்சமாக அவர்களுடன் பழக ஆரம்பித்தேன். சிங்களத்தைத் தமிழ்மூலம் கற்றுக்கொள்ளக்கூடிய புத்தகங்களையும் என் கணவர் எனக்காக வாங்கிவந்து தந்திருந்தார். அவற்றையும் நான் ஆர்வத்தோடு வாசித்துக் கற்றுக்கொள்ளத் தொடங்கினேன்.

நாங்கள் குடியிருக்கும் வீட்டிற்குப் பின்புறமிருக்கும் வீட்டில் ஒரு பதினைந்து வயதுச் சிங்களப் பெடியனும் இருந்தான். தினமும் அருகிலிருக்கும் பாடசாலைக்குப் போய்வருவான். பாடசாலை முடிந்து வீட்டுக்கு வந்ததும் அவன் எங்கள் வீட்டுக்கு வந்துவிடுவான். எனது மூத்த குழந்தைக்கு அப்போது ஏழு மாதங்கள்தான். அவள் அப்போதுதான் தவழ்ந்து விளையாடிக் கொண்டிருக்கும் பருவம். அவளைக் கண்டால் வரச் சொல்லி அழைத்துத் தூக்கிவைத்து விளையாடுவான். அப்படி அவன் வீட்டில் வந்து நிற்கும் பொழுதுகளில் நான் ஒவ்வொரு வீட்டுப் பொருட்களையும் சுட்டிக்காட்டி அவற்றைச் சிங்களத்தில் எப்படிச் சொல்வதெனக் கேட்டுத் தெரிந்துகொள்வேன். அவனுக்கு ஒரு அக்காவும் இருந்தாள். அவளும் அவ்வப்போது எங்கள் வீட்டுக்கு வந்துபோகும் சமயங்களில் அவளிடமும் நான் பல சிங்களச் சொற்களைக் கேட்டுக் கற்றுக்கொள்வேன். காலப்போக்கில் நானும் மெல்ல மெல்லத் தட்டுதடுமாறிச் சிங்களம் பேசத் தொடங்கிவிட்டேன்.

தொடர்ந்து நான்கு வருடங்கள் சிங்கள ஊர்களிலேயே என் கணவருடன் இருந்தேன். அதன்பின்னர் ஒரு வருடம் கொழும்பில் இருந்தோம்.

●

சிங்களத் தனிச்சட்டமும் வாழ்வின் மாற்றங்களும்

1956ஆம் ஆண்டில் பண்டாரநாயக்கா அரசாட்சியில் இலங்கையின் அரசகரும மொழியாகச் சிங்களம் மட்டுமே என்ற தனிச்சட்டம் கொண்டுவரப்பட்டிருந்தது. இதன் காரணமாக என் கணவர் வேலை செய்யுமிடத்தில் பேசுவது மட்டுமில்லாமல் எழுதுவதும் சிங்களத்தில்தான் எழுத வேண்டும் என்ற நிர்ப்பந்தம் ஏற்பட்டிருந்தது.

எனது கணவர் சிங்களம் நன்றாகக் கதைப்பாராயினும் சிங்களத்தில் எழுதுவது அவருக்குச் சிக்கலாகவே இருந்தது. இந்த நிலையால் அவருக்கு அங்கிருந்து வேலை செய்வதே பெரிய சவாலாகத் தோன்றத்தொடங்கிவிட்டது.

1957இல் இன்னுமொரு பெண் குழந்தை எனக்குப் பிறந்தாள். ஆனால் அவள் பிறந்து பதினொரு மாதங்களிலேயே எதிர்பாராத ஒரு நோயின் தாக்கத்தினால் மரணித்துவிட்டாள். அதன்பின்னர் 1959இல் மூன்றாவது குழந்தையாக எனக்கு ஒரு மகனும் பிறந்துவிட்டான். சிங்கள மொழித் தனிச்சட்டம் தந்த தலையிடியால் என் கணவர் தொடர்ந்து வேலை பார்க்கப் பிடிக்காமல் 1961இல் அவசர ஓய்வு பெற்றுக்கொண்டு குடும்பத்தோடு ஊருக்கே வந்துவிட்டார்.

அவர் தனது வேலையை விட்டுவிட்டு ஊருக்கு வந்துவிட்டாலும் எங்களது குடும்ப

வாழ்க்கை குழந்தை குட்டிகளோடு சந்தோசமாகவே போய்க் கொண்டிருந்தது.

அந்தக் காலகட்டத்தில் அவரின் ஒன்றுவிட்ட சகோதரன் ஒருவர் தன்னோடு சேர்ந்து பிஸ்னெஸ் செய்வதற்கு இவரை அழைத்தபோதும் இவர் போகவில்லை. அவனுக்கே இவர்தான் உதவிகள் செய்து படிக்கவைத்தவர்.

இதற்குள் "அவனோடு சேர்ந்து நான் என்ன பிஸ்னெஸ்ஸைச் செய்யிறது?" என்று என்னிடம் சொல்லுவார். இவருக்குத் தான் தனியாக ஏதாவது செய்து முன்னேற வேண்டுமென்ற வெறி. கிடைக்கும் ஓய்வூதியம் நிறையப் பிள்ளைகுட்டிகளைக் கொண்ட எங்கள் குடும்பத்திற்குப் போதாது. அதனால் வேறு ஏதாவது வேலை செய்தேயாக வேண்டுமென்ற நிலை.

இந்தக் காலகட்டந்தான் அவரை வெவ்வேறு பாதைகளுக்கு அழைத்துச் சென்றிருக்க வேண்டும். குடும்பத்திற்குப் போதிய வருமானத்தை ஏற்படுத்துவதற்காக அவர் சென்ற வழிகளெல்லாம் அவரையே குழிதோண்டிப் புதைக்கத் தொடங்கிவிட்டதைக் காலப்போக்கில்தான் நான் உணரத் தொடங்கினேன். அதற்குள் அவரே அதனால் ஏற்பட்ட தோல்விகளைத் தாங்க முடியாமல் மனமுடைந்து திடீரென ஒருநாள் பாரிசவாத நோயில் வீழ்ந்துவிட்டார்!

அது நடந்தது 1970ஆம் ஆண்டுக் காலப்பகுதியில். அப்போது என் வயிற்றில் ஒன்பதாவது பிள்ளையைச் சுமந்தபடி நான் கர்ப்பமாக இருக்கிறேன்.

ஆறுமாதங்கள் தொடர்ந்து கணவரின் நோயை மாற்று வதற்காக நிறைய வைத்தியங்கள் செய்துபார்த்தோம். ஆயினும் அவர் நோயிலிருந்து குணமாகவில்லை. 1970 மார்கழி மாதம் அவர் நோயின் பிடியிலிருந்து மீள முடியாமல் காலமாகி விட்டார்.

•

கணவர் இல்லாத வாழ்வு

என் கணவரை நான் இழந்தபின்னர் வந்த பத்து வருடங்கள் என் வாழ்வின் துயர் நிறைந்த கொடிய காலம் என்பேன். ஒன்பது பிள்ளைகளைத் தனியொரு பெண்ணாக நின்று, சுமந்து, காத்து, வளர்ப்பதற்கு நான் பட்டபாடு இறைவன் ஒருவனே அறிவான். அவர் காலமான பின்னரே என் வயிற்றிலிருந்த கடைசி மகன் பிறந்தான். அவன் தந்தையின் முகத்தைப் பார்க்காமலே வளர்ந்தவன் என்பதில் எனக்கு அவனைப் பார்க்குந்தோறும் எப்போதும் உள்ளுக்குள் மனம் ஒருவிதமாக வேதனை கொள்ளும்.

அதன்பின்னர் வந்த பத்து வருடங்கள் என் வாழ்வில் வறுமையும், கஷ்டங்களும் சோதனைகளும் நிறைந்த ஒரு காலம் என் ஒன்பது பிள்ளைகளையும் தனியாளாக இருந்து வளர்ப்பதற்காக நான் பட்ட கஷ்டங்கள் வார்த்தைகளில் சொல்ல முடியாது.

கோழி வளர்ப்பது, கிடுகு பின்னுவது, றேந்தை பின்னுவது, வேறு பிள்ளைகளுக்கு றேந்தை பின்னப் பழக்குவது, பாக்குச் சீவுவது என எனக்குத் தெரிந்த கைவேலைகளெல்லாம் செய்துதான் நாளாந்தச் செலவுகளைக் கஷ்டப்பட்டு ஈடு செய்வேன்.

மூத்த மகன் ரவி ஓ.லெவல் படிக்கும்போதே தூரத்து உறவினர் ஒருவரின் கடையில் போய் வேலை பார்க்கத் தொடங்கிவிட்டான். அதுவும் குடும்பத்திற்குப் போதிய வருமானத்தைத் தருவதாக இல்லை. அவனும் அந்த வேலையால்

படிக்க முடியாமல் தன்னை வருத்துவதுபோலத்தான் அது போய்க்கொண்டிருந்தது. இந்த நிலையில் குடும்பத்தின் வறுமையைப் போக்க வேண்டுமென்றால் வெளிநாடு போய் உழைத்தால்தான் உண்டு என்னும் யோசனை அவனுக்கு வரத் தொடங்கிவிட்டது.

அதற்காக, குடும்ப நண்பர்கள் இருவரும், உறவினர் ஒருவருமாகச் செய்த பண உதவிமூலம் அதனைக் கடனாகப் பெற்று, அவன் நினைத்ததுபோலவே அரபு நாடொன்றுக்குப் புறப்பட்டுவிட்டான். அவன் அந்த வயதில் மெல்லிய சிறிய உருவமாக இருப்பான். தன்னந்தனி ஆளாக, அந்தப் படிக்கும் வயதில் எல்லாவற்றையும் விட்டுவிட்டுக் குடும்பத்திற்காக, கண்ணுக்குத் தெரியாத தூரத்திலிருக்கும் ஏதோவொரு நாட்டுக்குப் போகிறான் என்று நினைக்கும்போது மனதிற்குள் தாளாத துயரமாக இருந்தது. ஆனாலும் நான் போக வேண்டா மென்று தடுக்கவில்லை. யாராவது எனக்குக் கைகொடுத்தா லன்றிக் குடும்பத்தை நிமிர்த்த முடியாதென்று ஆகிவிட்டது. நானும் உடம்பைக் கவனிக்க முடியாமல் வருத்தக்காரியாகி விட்டேன். ஆஸ்த்மா வருத்தம் என்னை தாக்கத் தொடங்கி விட்டது. முன்புபோல் கடினமான வேலைகளை என்னால் வேகமாகச் செய்ய முடியாத நிலமைக்குத் தள்ளப்பட்டுக் கொண்டிருந்தேன்.

எனது மூத்த மகள் ஜெயா பலநோக்குக் கூட்டுறவு நிறுவனமொன்றில் வேலைபார்த்துக்கொண்டிருந்தாள். அதே வேளை வீட்டிலும் பல மாணவர்களுக்கு ரியூசன் வகுப்புகள் கொடுத்துக்கொண்டிருந்தாள். அவை அப்போதைக்குத் தட்டுத்தடுமாறிக் குடும்பத்தை இழுத்துச் செல்ல உதவியாக அமைந்தது.

ரவி அரபு நாட்டுக்குப் போனபின்னர் எனது இரண்டாவது மகன் சிவமும் யாரிடமோ கடன் பட்டு, இத்தாலிக்குப் போய்விட்டான். இருவரும் சில வருடங்களில் உழைத்து வீட்டிற்குப் பணம் அனுப்பத் தொடங்கிவிட்டார்கள். அப்போதுதான் எங்கள் வாழ்வில் அதுவரையிருந்த நெருக்கடிகள் மெதுமெதுவாகக் களையப்பட்டு, சற்றே மூச்சு விடலாம் என்ற நம்பிக்கை பிறக்கத் தொடங்கியது.

எனது ஆஸ்த்மா வருத்தம் அதிகரித்துக்கொண்டு போனதில் அதற்கான மருத்துவச் செலவே புறம்பான ஒரு செலவாக இருந்துகொண்டேயிருந்ததை ஒருபோதும் தடுக்க முடியவில்லை.

மாமி சொன்ன கதைகள் ❧ 83 ❧

காலப்போக்கில் எங்கள் மண்வீடு கல்வீடாக மாறத் தொடங்கியது. என் பெண்பிள்ளைகளுக்குத் தனித்தனியாகக் கல்வீடுகள் கட்டத் தொடங்கினோம். வீட்டில் மூன்று நேரமும் வயிராறச் சாப்பிடத் தொடங்கினோம். தொலைக்காட்சிப் பெட்டி, வானொலிப் பெட்டி எனப் பெறுமதியான பொருட்கள் வீட்டை நிறைக்கத் தொடங்கின. என் பிள்ளைகளின் கடின உழைப்பால் வாழ்க்கை தலைகீழாக மாறத் தொடங்கியது. சந்தோசம் வீட்டில் நிறைந்து வழியத் தொடங்கியது.

1984இல் மூத்த மகள் ஜெயாவுக்கு நல்ல மணமகன் தேடித் திருமணம் செய்துவைத்தோம். அவள் திருமணம் செய்து கணவரோடு ஜெர்மனிக்கு வந்துவிட்டாள். மற்றைய பிள்ளைகள் தமது விருப்பப்படி திருமணம் செய்துகொண்டு அவரவரே தமது வாழ்க்கையை வழிப்படுத்தி வாழத் தொடங்கிவிட்டார்கள்.

●

நாடும் சூழலும்

1987ஆம் ஆண்டு எங்கள் நாட்டில் எல்லோருக்குமே மறக்க முடியாத ஆண்டுதான்! இலங்கை இராணுவம் செய்தவற்றைவிட, பல மடங்காக இந்திய இராணுவம் வந்து நாங்கள் வாழும் இலங்கையின் வடக்குப் பகுதியில் நிலைகொண்டு, பேரழிவுகளை நிகழ்த்திக்கொண்டிருந்தது. அவர்கள் வந்து எங்களை இலங்கை இராணுவத்திடமிருந்து காப்பாற்றப் போகிறார்களென்றுதான் நாங்கள் முதலில் நினைத்திருந்தோம். அவர்களது வரவை எண்ணிச் சந்தோசப்பட்டோம். ஆனால் நடந்தது வேறு கதை! எண்ணுக் கணக்கற்ற எங்கள் சனங்கள் கண்மண் தெரியாமல் சுட்டும், ஷெல் அடித்தும் கொல்லப்பட்டார்கள்.

அன்றைக்கும் அப்படித்தான் அது கெடுபிடி நிறைந்த ஒரு நாளாக இருந்தது. எங்கு பார்த்தாலும் ஷெல் அடியும், சூட்டுச்சத்தமும், குண்டுச்சத்தமுமாக இருந்தது. எல்லோரும் பயப் பீதியுடனேயே வாழ்ந்து கொண்டிருந்த நாட்கள் அவை! திடீரென்று ஒரு தீபாவளி நாள் அறிவித்தல் வந்தது.

“எல்லோரும் வீடுகளைவிட்டு வெளியேறி, நல்லூர் முருகன் கோயிலில் போய்த் தங்கிநிற்க வேண்டும்” என்பதுதான் அது. ஏற்கெனவே இரண்டு மூன்று குடும்பங்கள் நாட்டுப் பிரச்சினை காரணமாகத் தமது வீடுகளைவிட்டு வெளியேறி எங்கள் வீட்டில் வந்து சில நாட்களாகத் தங்கி நிற்கிறார்கள். பலாலி விமான நிலையத்தில் புதிது புதிதாக வந்து குவியும் இந்திய இராணுவத்தினரை

யாழ் குடாநாட்டுக்குள் நுழையவிடாமல் விடுதலைப்புலிப் போராளிகள் தடுத்துப், போரிட்டுக்கொண்டிருக்கிறார்கள். இந்திய இராணுவமோ குடிசனங்களையும் பொருட்படுத்தாமல் மனம்போன போக்கில் எறிகணைகளை வீசுவதும், பீரங்கிக் குண்டுகளை வீசுவதுமாகப் போராளிகளை எதிர்த்துத் தாக்குதல்கள் நிகழ்த்துகிறார்கள்.

இந்திய இராணுவம் நிலைகொண்டிருந்த பகுதிகளிலிருந்து கைதடிச் சந்தி, கோப்பாய்ச் சந்தி, ராசபாதை வீதி, உரும்பிராய், நிலாவரைக் கிணற்றடி என எல்லாப் பகுதிகளிலும் எறிகணைகள் சரமாரியாக விழுந்துகொண்டிருக்கின்றன! குடிசனங்களின் வீடுகள் நொறுங்குகின்றன. பொதுமக்கள் தினமும் எறிகணைகளால் இறந்துகொண்டேயிருக்கிறார்கள். இத்தகைய சூழலில்தான் கோப்பாய், ராசபாதை வீதிகளில் இருக்கும் எமது உறவினர்கள் எமது வீட்டுக்கு ஓடிவந்து நிற்கிறார்கள்.

1987இல் ஒரு தீபாவளி நாளன்று உலங்கு வானூர்திகளிலிருந்து இராணுவம் துண்டுப் பிரசுரங்களை வீசின. அதில், அனைத்து மக்களையும் உடனடியாக வீடுகளை விட்டு வெளியேறி, நல்லூர்க் கந்தசுவாமிக் கோயில், யாழ். மத்திய மகா வித்தியாலயம், வேம்படி மகளிர் கல்லூரி, யாழ். இந்துக் கல்லூரி ஆகிய நான்கு இடங்களிலும் போய்த் தங்கி நிற்குமாறு அறிவித்தல் விடுக்கப்பட்டிருந்தது.

எங்களுக்கு என்ன செய்வதென்றே தெரியவில்லை. நானோ ஆஸ்த்மா வருத்தக்காரி. என்னால் அவ்வளவு தூரம் நடந்துபோய் இராணுவம் குறிப்பிட்டிருக்கும் இடங்களில் தங்கிநிற்பதில் நிறையச் சிரமங்கள் இருந்தன. எனக்குத் தேவையான மருந்துகள் சாமான்கள் எடுப்பதற்கு நான் வீட்டிற்கு வர வேண்டிய தேவைகள் கட்டாயம் இருக்கும். எனவே என்ன செய்யலாமென நானும் பிள்ளைகளுமாக யோசித்துக்கொண்டிருந்தோம்.

ஊரில் சில சனங்கள் இராணுவ அறிவித்தலின்படி நல்லூர் கந்தசாமி கோயிலிலும், மற்றைய இடங்களிலும் போய் நின்றுகொண்டார்கள். எங்களுக்கு நல்லூர்க் கந்தசாமிக் கோயில் மூன்று மைல் தூரத்திலிருக்கிறது. இவ்வளவு பிரச்சினைக்குள் எல்லோரும் கால்நடையாக அங்கு போவதைவிட அருகிலிருக்கும் அம்மன் கோவிலில் போய் நிற்கலாமே என யோசித்தோம். அதன்பின்னர் எல்லோரும் கட்டப்பிராய் முத்துமாரி அம்மன் கோயிலுக்கே போய் அங்கு தங்கி நின்றுகொண்டோம். அங்கு எங்களோடு வேறும் பல எங்களது ஊர் மக்கள் வந்து தஞ்சம் புகுந்திருந்தார்கள்.

எங்களைப்போலவே தத்தமது வீடுகளுக்கு அருகிலுள்ள கோயில்களில் போய் நின்றுகொண்டவர்களை இராணுவம் முன்னோக்கி வரும்போது சுட்டுத் தள்ளுகிறார்கள் என்ற செய்திகள் பதறி ஓடிவரும் சனங்கள் மூலமாகத் தெரியவந்தபோது எமக்கும் பயம் தொற்றிவிட்டது. எல்லோரும் கதறியழுது "அம்மாளே எங்களைக் காப்பாற்று... காப்பாற்று..." என்று குமுறிக்குமுறிக் கண்ணீர் சிந்தி அம்மாளைக் கும்பிட்டபடியே இருந்தோம். அடுத்த நிமிடம் யாருக்கும் எதுவும் நடக்கலாம் என்ற பயப்பிராந்தியே அணு அணுவாக எம்மைக் கொல்லத் தொடங்கிவிட்டது.

சில மணி நேரங்களிற்குள் இராணுவம் நாங்கள் நின்றிருக்கும் அம்மன் கோயில் பகுதிக்கும் வந்துவிட்டது. எங்களுடைய வாழ்வின் கடைசி நாள் அதுதான் என்று எண்ணி எல்லோரும் புலம்பத் தொடங்கிவிட்டோம்.

அம்மாளின் செயலோ, யார் செய்த புண்ணியமோ அந்தப் பகுதிக்கு வந்திருந்த இராணுவத்தினர் நாங்கள் நிற்கும் கோயில் பக்கம் வராமல், மறுபக்கமாகப் போய்விட்டார்கள் என்ற செய்தியைச் சில மணி நேரங்களுக்குள்ளேயே எம்மால் அறியக்கூடியதாக இருந்தது. ஆனால் எங்கள் ஊரில் வீடுகளில், வீதிகளில் எதிர்பாராமல் அகப்பட்ட அப்பாவி மக்களையெல்லாம் இராணுவம் கண்மூடித்தனமாகச் சுட்டுக் கொலை செய்துவிட்டுப் போயிருந்தார்கள். பலரது சடலங்கள் வீதிகளில் விழுந்து கிடப்பதாகத் தகவல்கள் வந்துகொண்டிருந்தன.

அவ்வளவுதான். வழமையாகத் தீபாவளியைக்கோலகலமாகக் கொண்டாடி மகிழும் எங்கள் ஊர், அன்று உயிர் பிரிந்தவர்களை எண்ணி ஒப்பாரியில் மூழ்கிக் கிடந்தது. அது வாழ்வில் மறக்கவே முடியாத ஒரு தீபாவளி நாளாகப் போயிற்று.

கோயிலில் வந்து தஞ்சம் புகுந்த யாருக்கும் திரும்பி வீடுகளுக்குப் போகும் தைரியம் இன்னும் வரவில்லை. இராணுவம் எங்காவது பதுங்கியிருந்து மீண்டும் தெருவில் இறங்கும், மக்களைச் சுட்டுக் கொல்லலாம் என்ற பயம் எல்லோரையும் ஆட்டிப் படைத்தது. இரண்டு நாட்களாக எதுவிதச் சாப்பாடோ, தேநீரோகூட இல்லை. எல்லோருக்கும் பசி. குழந்தைகளுக்கு மட்டும் ஓடிவரும்போது கொண்டுவந்திருந்த பிஸ்கற்றுகள், புட்டிப்பால் என்று ஓரளவு சமாளித்துக்கொண்டிருந்தோம்.

இரண்டாம் நாள் பின்னேரம் கோயிலில் தங்கி நின்றிருந்தவர்கள் தம்மோடு கொண்டுவந்திருந்த உணவுப் பொருட்களைப் பயன்படுத்தி, ஒரு பெரிய கடாரத்தில்

அரிசியைப் போட்டு, கஞ்சிபோலக் காய்ச்சி எல்லோருமாகச் சாப்பிடுவதற்கு ஏற்பாடு செய்துகொண்டிருந்தார்கள். எல்லாம் கோயிலுக்குள்ளேயே நடைபெற்றுக்கொண்டிருந்தது. எல்லோருக்கும் ஒவ்வொரு தேங்காய்ச் சிரட்டையில் கஞ்சியை ஊற்றிப் பரிமாறினார்கள். ஒரு சிரட்டைக் கஞ்சியுடன் அந்த நாள் கழிந்து போயிற்று.

குழந்தைகள் பசி பொறுக்காமல் கத்தியழுது கொண்டிருந்தார்கள். மூன்று நாட்கள் கோயிலிலேயே ஓடிவிட்டன. இராணுவத்தினரால் அமுலுக்குக் கொண்டுவரப்பட்ட ஊரடங்குச் சட்டம் இன்னமும் நீக்கப்படவில்லை. அதனால் மக்கள் வீதியில் இறங்கவோ, வீட்டுக்குப் போகவோ இன்னமும் பயப்பட்டுக் கொண்டேயிருந்தார்கள்.

நான்காம் நாள் காலை ஊர் ஓரளவுக்கு அமைதி நிலைக்கு வருவதுபோல் தோன்ற, கோயிலில் தஞ்சம் புகுந்திருந்தவர்களில் சில பெண்கள், இரண்டு ஆண்களைத் தமக்குத் துணையாக அழைத்துக்கொண்டு தத்தமது வீடுகளுக்கு ஓடிப்போய்ப் பகலுக்கும் இரவுக்குமாகச் சேர்த்து, எதையாவது அவசரமாகச் சமைத்துக்கொண்டு கோயிலடிக்கு வந்துவிடுவார்கள். பின்பு அவற்றை ஒன்றாகக் குழையல் போட்டு எல்லோருக்கும் பகிர்ந்து சாப்பிடுவார்கள். ஆனால் அவையெல்லாம் யானைப் பசிக்குச் சோளப்பொரி மாதிரித்தான் இருக்கும்.

நான்காம் நாள், வேறும் சில துர்ச்சம்பவங்கள் நடந்தேறின. எங்கள் ஊரான இருபாலையிலிருந்து நல்லூர்க் கந்தசாமிக் கோயிலுக்குப் போய்த் தஞ்சம் புகுந்தவர்களில் இருவர் தமது வீடுகளின் நிலைமையைப் பார்ப்பதற்காக வந்திருக்கிறார்கள். அவர்கள் யாழ். பருத்தித்துறை பிரதான வீதிவழியாக வந்து இருபாலையின் வடக்கேயுள்ள தமது வீடுகளுக்குப் போவதற்காக எமது தெருவுக்குள் இறங்கியிருக்கிறார்கள். அவர்கள் தெருவுக்குள் இறங்கிய மறுகணமே அருகிலிருந்த வீட்டு வளவுகளிற்குள் பதுங்கி நின்றிருந்த இராணுவம் இருவரையும் படபடவென்று சுட்டுத்தள்ளிவிட்டுப் போய்விட்டார்கள். அந்தச் சூட்டுச் சத்தம் கோயிலுக்குள் இருந்த எங்களுக்கு வெகு அருகாகக் கேட்டது. நாங்கள் என்ன நடந்ததென்று தெரியாமல் பதகளித்துக் கொண்டிருந்தோம். அப்போது பயத்தில் யாரும் போய் என்ன ஏதென்று பார்ப்பதற்கு முயற்சி செய்யவில்லை. மூன்று நாட்கள் கழித்துச் சிலர் போய்ப் பார்த்தபோதுதான் இருவரது சடலங்கள் தெருவில் கிடப்பதும், அவற்றைக் காகங்களும் நாய்களும் பிடுங்கிக்கொண்டு கிடப்பதையும் கண்டிருக்கிறார்கள்.

தெரு முழுவதும் ஒரே துர்நாற்றம். ஊர் மக்களில் சில ஆண்கள் போய் அவற்றை ஒரு திறந்த வளவில் போட்டு, வேலிகளில் தொங்கிக்கொண்டிருந்த கிடுகுகள், காய்ந்த மரக்கொப்புகள் ஆகியவற்றை அடுக்கித் தீமூட்டி எரித்துவிட்டு வந்தார்கள்.

தொடர்ந்து பதின்மூன்று நாட்களின் பின்னர்தான் ஊரடங்குச் சட்டம் நீக்கப்பட்டது. அதன்பின்னர்தான் கோயில்களில் தஞ்சம் புகுந்திருந்த அனைவரும் தத்தமது வீடுகளுக்கு வந்துசேர்ந்தோம்.

அதன் பின்னர் ஒன்றரை வருடங்கள் அவ்வப்போது நிகழும் இராணுவச் சுற்றிவளைப்பு, சோதனைகள் ஆங்காங்கே விடுதலைப் போராளிகளுக்கும் இராணுவத்திற்கும் மோதல்கள் என்று போய்க்கொண்டிருந்தது. தினமும் தமிழர் பகுதிகளில் எங்கேயாயினும் சாவு நிகழ்ந்துகொண்டேயிருப்பதை மட்டும் யாராலும் நிறுத்த முடியவில்லை. ஆனால் வீடுகளைவிட்டு நாங்கள் வெளியேற வேண்டிய தேவைகளெதுவும் அப்போதைக்கு வரவில்லை.

திரும்பவும் 1989களில் பிரச்சினை மீண்டும் தீவிரமாகி யிருந்தது.

அந்த வருடம் ஆடி மாதம் எனது மூத்த மகன் ரவிக்குத் திருமணம் நிகழ்ந்தது. அவன் திருமணத்திற்காக, தான் வேலை செய்துகொண்டிருந்த அரபு நாட்டிலிருந்து விடுமுறை எடுத்து வந்திருந்தான். திருமணம் நாங்கள் முதலில் தஞ்சம் புகுந்திருந்த அதே அம்மன் கோயிலில்தான் நடைபெற்றது. காலையில் திருமணம் நிகழ்ந்து முடிந்து, சாயந்தரமே எல்லோரும் வீட்டுக்கு வந்துவிட்டோம்.

மறுநாள் காலை ஆறுமணிக்கே அனைவரும் சரியாக நித்திரை கலைந்து எழும்பமுதலே நாய்களெல்லாம் மாறிமாறிக் குரைக்கும் சத்தம் கேட்கத் தொடங்கிவிட்டது. வீட்டில் நின்ற நாய்கள் அங்குமிங்கும் குரைத்தபடி ஓடித் திரியும் சத்தம் கேட்டது. நான் 'என்ன இப்படி நாய்கள் குரைக்கிறதே?' என்று யோசித்தபடி போய் முன்வாசற் கதவைத் திறந்தால் வீட்டைச் சுற்றி ஏராளம் இந்திய இராணுவத்தினர் நிற்கிறார்கள். எங்கள் வீட்டிற்குள் மட்டுமல்லாமல் அயல் வீடு, எங்கள் தெரு என முழுவதும் அவர்கள் நிற்பது தெரிகிறது.

நானும் எனது மகள்களும் வெளியில் போனோம். எங்களுக்கு அவர்களுடன் பேசுவதற்கு அவர்களின் பாஷை தெரியாது. உடனே அவர்கள் தமது மீசையைத் தொட்டுக் காட்டி ஆண்கள் யாராவது வீட்டில் இருக்கிறார்களா எனச்

சைகையில் கேட்டு, அவர்களை வெளியில் வரும்படி கையை அசைத்துச் சொன்னார்கள். வீட்டிற்குள் எனது இரண்டு மகன்மார் நின்றிருந்தார்கள். ஒருவர் முதல்நாள் திருமணம் செய்த எனது மூத்த மகன் ரவி; மற்றவர் கடைசி மகனுக்கு முதல் மகன் மோகன். இருவரும் உடனேயே வெளியில் வந்துவிட்டார்கள்.

அவர்கள் உடுத்தியிருந்த சாரத்துடனேயே "வா வா." எனக் கையை அசைத்துத் தம்மோடு வரும்படி அழைத்துச் சென்றார்கள். இராணுவத்தினரின் கைகளில் துப்பாக்கிகள், ஆயுதங்கள். அவர்களை மீறி எதுவும் யாராலும் பேசவும் முடியாது. அவர்களின் நடவடிக்கைகளை மீறவும் முடியாது.

அவர்கள் எனது பிள்ளைகளை மட்டுமல்ல, அந்த ஊரிலிருந்த அத்தனை இளைஞர்கள், ஆண்கள் எல்லோரையுமே தம்மோடு அழைத்துச் சென்றுகொண்டிருந்தார்கள்.

எல்லா வீட்டுத் தாய்மார்களும் சகோதரிமார்களும், மனைவிமார்களும் கண்ணீருடன் அவர்களுக்குப் பின்னால் ஓடினார்கள். ஆனால் இராணுவத்தினரோ யாரும் அவர்களுக்குப் பின்னால் வரக் கூடாது என்றும் பெண்கள் எல்லோரையும் வீட்டுக்குப் போகுமாறும் கலைத்து அனுப்பிவிட்டார்கள்.

அவர்களால் அழைத்துச் செல்லப்பட்டவர்கள் அத்தனை பேரும் கல்வியங்காடு செம்மணி வீதி வழியாகப் போய், வயல்வெளிக் கந்தசாமிக் கோயில் வெளியில் இருத்தி வைக்கப்பட்டார்கள். அந்தக் கோயில் அமைந்திருப்பதே ஒரு பெரிய வயல்வெளியின் மத்தியில்தான். அந்த வெளியில் வைத்து எது செய்தாலும், சுற்றுவட்டாரத்தில் உள்ள மக்கள் எவருக்கும் தெரிய வராது. கோயிலைச் சுற்றிப் பெரும் வயல்வெளிகள் இருப்பதால் வீடுகளெதுவும் அருகில் இல்லை.

எல்லோரும் மண்டை கொதிக்கும் உச்சி வெய்யிலில் மாலை நான்கு மணிவரை அந்த வெளியில் இருத்தி வைக்கப்பட்டிருந்தார்கள். அவர்களை முகமூடி அணிந்த தலையாட்டிகள் வந்து 'அவர்கள் விடுதலைப் போராளிகளுடன் தொடர்புள்ளவர்களா' எனத் தலையை ஆட்டி அடையாளம் காட்டிவிட்டுப் போய்க்கொண்டிருந்ததாகப் பின்னர் அறிந்துகொண் டோம். அந்த வெளியில் அவர்கள் இருக்கும்வரை ஒரு வாய் தண்ணீரோ, சாப்பாடோகூட அவர்களுக்கு இராணுவம் கொடுக்கவில்லை. தேநீராவது கொடுக்கலாமென முயற்சித்த சில குடும்ப உறுப்பினர்களை இராணுவம் நெருங்கவிடவில்லை. கிட்ட வந்தால் சுட்டு விடுவதாக மிரட்டினார்கள்.

சனங்கள் குளறி அழுதபடி, கோயில் வெளியின் எல்லையில் நின்றிருந்தார்கள். பிடித்துக்கொண்டு போன அத்தனை பேரையும் விட்டுவிடும்படி கெஞ்சிக் கேட்டுக் கொண்டேயிருந்தார்கள். இராணுவமோ அவர்களைப் போகும்படி விரட்டிக்கொண்டேயிருந்தார்கள்.

ஒருவாறு மாலை நான்கு மணியளவில் கொஞ்சப் பேரை இராணுவ வாகனங்களில் ஏற்றிவிட்டு மற்றவர்களை விட்டுவிட்டார்கள். வாகனங்களில் ஏற்றியவர்கள் எங்கேயோ கொண்டுசெல்லப்பட்டார்கள். அவர்களுக்கு என்ன நடந்ததென்று யாருக்கும் தெரியாது.

என்னுடைய பிள்ளைகள் இருவரும் வீடு வந்து சேர்ந்து விட்டார்கள். முதல் நாள்தான் மூத்த மகனுக்குத் திருமணம் நடந்தேறியது. மறுநாளே இப்படியொரு பதகளிப்பும் துயரமுமாக அந்த நாள் கழிந்து போயிற்று. ஆனாலும் 'தலை தப்பியது தம்பிரான் புண்ணியம்' என்று மனதைத் தேற்றி வழமைக்குத் திரும்பினோம். ஆனாலும் திரும்பவும் எப்போது, என்ன நடக்குமோ தெரியாது என்னும் ஒருவித நிம்மதியற்ற நிலையில்தான் எல்லோரும் வாழ்ந்துகொண்டிருந்தோம்.

இத்தகைய போர்ச்சூழலினால் அங்கு நிம்மதியாக வாழ முடியாத நிலையில் பிள்ளைகள் ஒவ்வொருவராகத் தமது படிப்பு, வேலைகள் எல்லாவற்றையும் விட்டுவிட்டு வெளிநாடு போகத் தொடங்கிவிட்டார்கள்.

ஒருகட்டத்தில் நானும்தான் புறப்பட்டுவிட்டேன்.

●

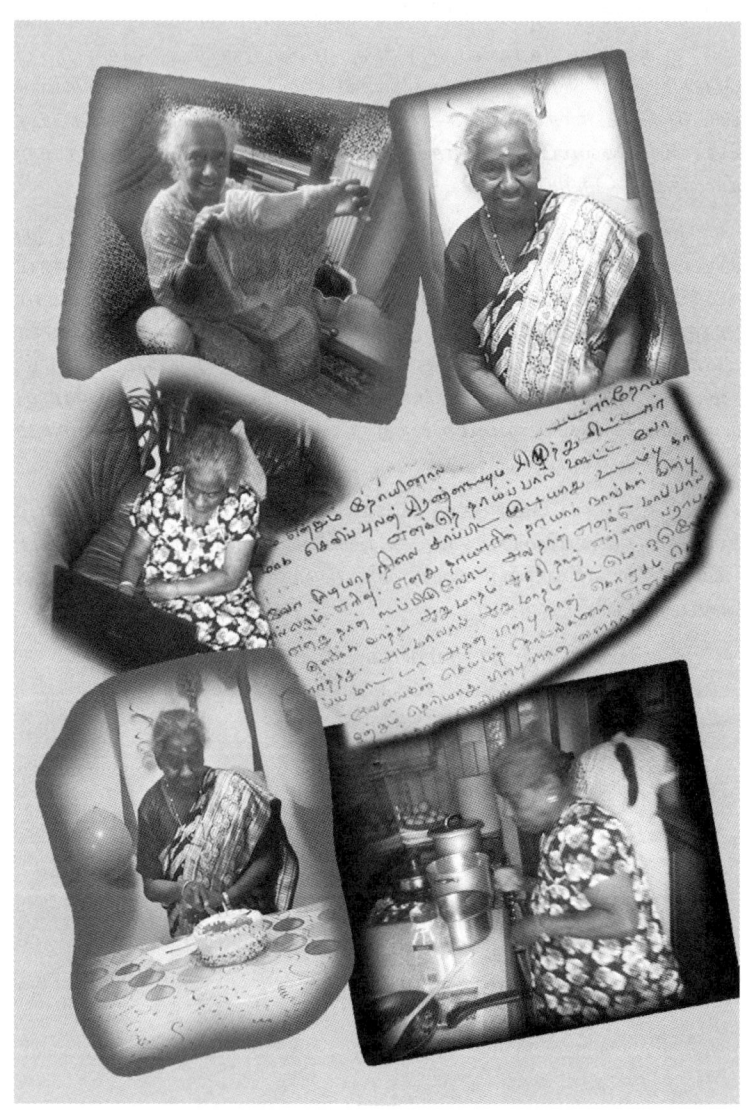

மாமி லண்டனில் எங்கள் வீட்டுக்கு வந்திருந்தபோது

சந்திரா இரவீந்திரன்

நானும் வெளிநாடும்

நானும் 1992இல் ஜேர்மனி வந்து, பின்னர் கனடாவுக்கு வந்து பிள்ளைகளோடு இங்கேயே வாழத் தொடங்கிவிட்டேன். இந்த அந்நிய நாட்டில் எல்லா வசதிகளும் இருக்கிறதென்கிற பெயர் மட்டும்தான். ஆனால் போரைத் தவிர்த்து விட்டுப் பார்த்தால், எங்கள் சொந்த நாட்டில் நாங்கள் வாழ்ந்த அந்த இனிமையான வாழ்வின் சந்தோசங்களெல்லாம் இங்கு தலைகீழாக நின்றாலும் கிடைக்காது. ஊரில் என்றால் போட்ட சட்டையோடு சந்தோசமாக அக்கம் பக்கமெல்லாம் போய்க் கதைத்துக்கொண்டிருப்போம். அதுபோல் அக்கம்பக்கத்தவர்களும் எங்கள் வீடுகளுக்கு வந்து ஒன்றாகப் பேசிச் சிரித்து மகிழ்ந்திருப்பார்கள். ஆனால் இங்கு பக்கத்து வீடுகளில் யார் இருக்கிறார்களென்றே எனக்குத் தெரியாது.

ஊரில் இருக்கும்போது யாரையும் கேட்டுக் கொண்டிருக்கத் தேவையில்லை. எங்கள் விருப்பப்படி கோயில், குளம், கடை, தனி என்று நினைத்தபடி போய்வருவோம். பின்னேரம் 4.00 மணியென்றால் அயலட்டை, சொந்த பந்தம், மாமி மச்சான் என்று ஒருவரையொருவர் சந்திப்பதற்காகப் போய்ச் சுற்றிக்கொண்டு வருவோம். எவ்வளவு சந்தோசமான வாழ்க்கை அது!

இங்கு கனடாவிலும் கோயில்கள் இருக்கின்றன. ஆனால் ஒவ்வொன்றும் ஒவ்வொரு தொலைவில் இருக்கின்றது. என்னால் தனியாகப் போய்வர முடியாது. பாஷைப் பிரச்சினை. பொதுவாகனங்களில்

தனியாக ஏறிப் போய்வருவது என்னால் முடியாத காரியம். பிள்ளைகளைக் கேட்டால் "நேரமில்லை வேலை" என்பார்கள். இங்கு அவர்களுடைய வாழ்க்கையும் இயந்திர வாழ்க்கைதான். ஊரில் என்றால் ஒருசில அத்தியாவசிய உத்தியோகங்களைத் தவிர மற்றைய எல்லா வேலைகளும் 4.00 மணியோடு முடிந்து விடும். 6.00 மணிக்குப் பின்னர் எல்லோரும் வீட்டில் இருப்பார்கள். இங்கு அப்படியல்லவே.

பிள்ளைகள் சாமம் ஏமத்திலெல்லாம் வேலை முடிந்து வருகிறார்கள். அவர்களோடு ஆறுதலாக அமர்ந்திருந்து பேசுவதற்கே பொழுது சரியாக அமையாது.

எல்லா வசதிகளும் இருக்கிறது. சாப்பாடு, கார், வீடு என்று சுகபோக வாழ்வுதான். இல்லையென்று சொல்ல எதுவுமில்லைத்தான், ஆனாலும் ஏதோவொன்று 'இல்லை; இல்லையென்று மனம் உள்ளுக்குள் அரற்றிக்கொண்டே கிடக்கிறது.

அது நான் பிறந்து வளர்ந்த எங்கட சொந்த மண்தான்.

●

— மனோன்மணி

புலம்பெயர்ந்த வாழ்வு

1991இல் நான் கணவருடன் இங்கிலாந்துக்கு வந்து விட்டேன். 92இல் மாமியும், அவவோடு இருந்த அவவின் பிள்ளைகளும் ஜெர்மனிக்கு வந்து விட்டார்கள். பின்னர் சில வருடங்களிற்குள்ளேயே கனடாவுக்குப் போய், அங்கு நிரந்தரமாக நிலை கொண்டுவிட்டார்கள்.

அதற்குப் பின்னர் மாமியின் வாழ்வு முழுவதும் கனடாவில்தான்.

மாமி கனடாவுக்குப் போய் வாழத் தொடங்கிய பின்னர்தான் அவவோடு தொலைபேசியூடாகவும், நேரிலும் ஓரளவு சத்தமாக ஓசையை வெளிப்படுத்தி என்னால் பேசக்கூடியதான ஒரு நிலை அமைந்தது. அந்த நாட்டிலிருக்கும் மருத்துவ வசதிகள்மூலம் 'இயர் ஹியரிங் மெஷின்' ஒன்றை அவவுடைய காதில் பொருத்திய பின்னர்தான் அது ஓரளவு சாத்தியமாகியிருந்தது.

அவ ஒவ்வொரு வருடமும் லண்டனுக்கு வந்தால் சில மாதங்கள் எங்களோடு தங்கி நின்று விட்டுத்தான் கனடா திரும்புவா. அப்படி நிற்கும் சமயங்களில் வீட்டிலிருந்து றேந்தை, லேஸ் உடைகள் பின்னிக்கொண்டிருப்பார். குறுக்கெழுத்து, சுடுக்கு என மூளைக்கு வேலைதரும் விளையாட்டுக்களைச் சுயமாகச் செய்து பார்த்துக்கொண்டிருப்பார். நான் ஏதாவது கூட்டங்களிற்குப் போனால் என்னோடு சேர்ந்து தானும் வந்து கலந்துகொள்ளுவார். கோயில்களுக்குப் போகும்போது துள்ளிக்கொண்டு சேர்ந்து வருவார்.

வெளியில் திரிவது, உறவினர்கள், நண்பர்களைச் சந்தித்துப் பேசுவது என்பது மாமிக்குச் சக்கரைப் பொங்கல் சாப்பிடுவது மாதிரித்தான். தன்னால் போய் தான் விரும்புவர்களைச் சந்திப்பதற்குச் சந்தர்ப்பம் அமையாமல் இருக்கிறதென்றால் ஏதோவிதமாக அவர்களை எங்கள் வீட்டுக்கு வரப்பண்ணி விடுவார். வந்தால் கதையோ கதைதான்.

நான் சமைத்துக்கொண்டிருக்கும் வேளைகளில் ஓடிவந்து மரக்கறிகள் வெட்டித் தருவார். கீரை, கோவா, இலை வகைகள் நறுக்குவதற்கு மாமியை மிஞ்ச ஆளில்லை. அவ்வளவு அழகாக, கூந்தலைப்போல் மெலிதாக நறுக்கித் தருவார்.

ஏதாவது விசேட சாப்பாடுகள் செய்து, அதனை எல்லோருக்கும் பரிமாறி, அவர்கள் ரசித்துச் சாப்பிடுவதைப் பார்ப்பதில் அவவுக்குப் பேரின்பம். திடீரென்று அதிகாலை எழுந்ததும் கொழுக்கட்டை, முறுக்கு, ஆடிக்கூழ், ஆலங்கட்டிக்கூழ் என ஏதாவதொன்று செய்ய வேண்டுமென்று சொல்லி ஒற்றைக் காலில் நிற்பார். அவற்றைத் தானே முன்னின்று செய்து எல்லோரையும் சாப்பிட வைப்பார். அதில் அவ காணும் சந்தோசம் அளவுகணக்கு இல்லாதது.

சமையலறையில் நின்று அவற்றைச் செய்யும் சமயங்களிலெல்லாம் அவற்றோடு சம்பந்தப்பட்ட, தன் வாழ்வில் நடந்த ஏதாவது சம்பவங்களை ஞாபகப்படுத்தி, அதனை அனுபவித்து ரசித்து, கதை கதையாக எனக்குச் சொல்லத் தொடங்கிவிடுவார்.

மாமியை நான் முதன்முதலாகச் சந்தித்த காலத்திலிருந்து (1988) அவ்வப்போது அவ எனக்குச் சொன்ன கதைகள் எல்லாவற்றையும் நான் என் மனதிற்குள் போட்டு அடுக்கியடுக்கி வைத்திருந் திருக்கிறேன் என்பது இப்போதுதான் எனக்கே தெரிகிறது.

எப்போதாவது அந்தக் கதைகள் தொடர்பாக எனக்கிருக்கும் கேள்விகளையும், சந்தேகங்களையும் அவவிடமே திருப்பிக் கேட்க வேண்டிய தேவைகள் வரும்போது கனடாவுக்குத் தொலைபேசி அழைப்பு விடுத்து, அவவிடம் கேட்டுமிருக்கிறேன்.

நான் தொலைபேசியூடாகக் கேட்பதை முழுமையாக விளங்கிக்கொள்ளும் அளவுக்கு, செவிப்புலன் தொடர்ந்து அவவுக்குக் கைகொடுக்கவில்லை. காலம் போகப்போக அதன் வலுவும் குறைந்துபோய்க்கொண்டேயிருந்தமை துரதிர்ஷ்டம்தான். அவவுக்கிருந்த அந்தத் தவிர்க்க முடியாத சிரமத்தினால்,

எனது கேள்விகளுக்கான சரியான பதில்களையும் என்னால் முழுமையாகத் தெளிவாக எடுக்க முடியாமலே போய்விட்டது.

திடீரென்று என் மனதிற்குள் ஒரு எண்ணம் தோன்றியது. ‘மாமி படித்தவதானே. சிந்தித்து எழுதக்கூடிய திறமை அவவிற்கு இருக்கிறது. ஞாபக சக்தியும் இருக்கிறது. எனக்குச் சொல்ல விரும்பும், நான் கேட்க விரும்பும் விசயங்களை, சில வரிகளிலேனும் குறிப்பு களாகவேனும் எனக்கு எழுதித்தரமுடியுமா எனக் கேட்கலாமே?’ என்று எனக்குள் யோசித்தேன்.

நானதைக் கேட்க வேண்டுமென்று நினைக்கும்போதே அவவுக்கு எண்பத்தைந்து (85) வயதாகிவிட்டது. அந்த வயதில் அது எந்தளவிற்குச் சாத்தியப்படும் என்பதிலும் எனக்கு மெல்லிய சந்தேகம் இருந்தது.

ஒருநாள் தொலைபேசியில் அவவை அழைத்தேன்.

“உங்கள் பால்ய பருவத்து ஞாபகங்களை அவ்வப்போது ஒரு பேப்பரில் குறித்து வைத்து எனக்கு அவற்றை அனுப்புவீர்களா மாமி?” என்று கேட்டேன்.

“ஓம் அதுக்கென்ன? அனுப்புறனே. எனக்கு இப்ப கொஞ்சம் ஞாபக மறதி இருக்குத்தான். என்றாலும் ஞாபகமிருக்கிறதைக் குறிச்சு வைச்சு அனுப்பிறன்” என்று மகிழ்ச்சியாகச் சொன்னார். சொன்னதுபோலவே அவ்வப்போது தனது மனதில் பதிந்திருக்கும் சின்னச் சின்னச் சம்பவங்களின் நினைவுகளைத் தனது போக்கில் ஒரு பேப்பரில் குறித்துவைத்துக்கொள்ளத் தொடங்கினார். பின்னர் அவ்வப்போது அவற்றினைத் தன் மகன் மோகன்மூலமாக எனக்கு அனுப்பி வைத்தார். அவவின் கைப்பட எழுதியிருந்த அந்தச் சில நினைவுக் குறிப்புகளையும் நான் வாசித்து, அவற்றையும் என் நினைவிடுக்குகளில் பதிந்துவைத்துக்கொண்டேன்.

பின்னர் ஒருநாள் என்னோடு தொலைபேசியில் உரையாடும்போது அவ சொன்னா “மருமகளே! நான் பல விசயங்களை நீங்கள் கேட்டமாதிரி, ஊரிலை இருக்கிறபோதே குறிச்சு வைச்சிருந்திருக்கலாம். அதைப்பற்றி அப்ப நான் யோசிக்கேல்லை. இப்ப நீங்கள் கேட்கத்தான், அதைச் செய்திருக்கலாமே எண்டு யோசிக்கிறன். இப்ப அதை நினைக்க சரியான மனருவருத்தமாய் கிடக்கு.” அவ அதைச் சொல்லும்போது அவவின் குரலில் மிகுந்த கவலை தெரிந்தது.

“சரி பரவாயில்லை. கவலைப்படாதேங்கோ. இப்ப நினைவிலை இருக்கிறதுகளை குறிச்சுத் தந்திருக்கிறீங்கள் தானே” என்று சொல்லிவிட்டு நான் வேறு கதைகளில் அவவின் கவனத்தைத் திசைதிருப்பிவிட்டேன்.

அந்தக் காலகட்டத்தில் நான் கேட்கும் கேள்விகளுக்கு நேரடியாகத் தொலைபேசியூடாகப் பதில் சொல்லும் அளவிற்கு, செவிப்புலன் அவவுக்குக் கைகொடுக்கவில்லை. காலம் போகப் போக, செவிப்புலன் ஒலிவாங்கிக் கருவியாலும் அவவுக்கு உதவ முடியவில்லை. இதனால் அவவுடன் உரையாடுவது எல்லோருக்குமே போகப்போகச் சிரமமாகத்தான் இருந்தது. அதனால் நாம் அடையும் துயரைவிட அவ படும் வேதனை அதிகம். அவ வேதனைப்படக் கூடாது என்பதற்காக நாங்களும் அதனைப் பெரிதுபடுத்தாததுபோலவே நடக்கப் பழகிக்கொள்ள வேண்டியிருந்தது.

அவ தொலைபேசியூடாக என்னோடு பேசுவதற்கு எப்போதும் மிகவும் ஆசைப்படுவார். ஒருநாள் ஆறுதலாகக் கனடாவுக்கு நேரில் போயிருந்து சங்கேதப் பாஷையில் நிறையப் பேச வேண்டுமென்று நான் நினைத்திருந்தேன்.

காலம் விசித்திரமானதில்லையா!

●

மாமியைப்பற்றி மற்றவர்கள்...

மாமியின் மூத்த மகன் ரவி அவர்களிடம் நான் உரையாடியபோது...

"உங்கட அம்மாவைப்பற்றி முதலில் நினைவுக்கு வாற விடயம் என்னவாக இருக்கும்" என்று மாமியின் மூத்த மகன் ரவியிடம் நான் கேட்டேன். அவர் சிறிது நேரம் பேசாமல் இருந்தார். பிறகு மெதுவாகச் சொல்லத் தொடங்கினார்.

ரவி: *அம்மாவை நினைச்சால் அவ எங்களுக்காக அனுபவிச்ச கஷ்டங்கள்தான் முதலிலை எனக்கு நினைவுக்கு வரும்.*

அம்மாவுக்கு நாங்கள் ஒன்பது பிள்ளைகள். உண்மையிலை சொல்லப்போனால் பத்துப் பிள்ளைகள் எண்டுதான் சொல்ல வேணும். அக்கா ஜெயா மூத்த பிள்ளை. அவவுக்கு அடுத்ததாக ஒரு பெண் குழந்தை பிறந்து ஒன்றரை வயசிலை ஏதோ காய்ச்சல் வந்து இறந்து போயிட்டாவாம். அவவுக்குப் பெயர் சாரதா. அவவுக்கு அடுத்ததாகத்தான் நான் பிறந்தனானாம். அவவும் உயிரோட இருந்திருந்தால் நாங்கள் பத்துப் பிள்ளைகளாக இருந்திருப்பம்.

அம்மா முப்பத்தியைந்து வயசிலேயே பப்பாவை இழந்து, தனிமரமாய் நிண்டு எங்களை வளர்க்கிறதுக்குப் பட்ட கஷ்டங்கள்

வார்த்தைகளிலை சொல்ல ஏலாது. (ரவி சொல்லும்போது அவருக்குக் கண்கள் கலங்குகின்றன.)

நாங்கள் எங்கட அப்பாவை 'பப்பா' எண்டுதான் கூப்பிடுவம். பப்பா இறக்கிறபோது என்ரை கடைசித்தம்பி சுரேஸ் அம்மாவின்ரை வயிற்றிலை இருந்தான். அம்மா அந்த நேரம் ஐந்தாறு மாதக் கர்ப்பிணி எண்டு நினைக்கிறன். சரியான ஏலாத உடல்நிலையோடுதான் இருந்தா. எங்கட பப்பா அந்த வயசிலை இறந்துவிடுவாரெண்டு நாங்கள் ஒரு தரும் கனவிலைகூட நினைக்கேல்லை.

ஒருநாள் பப்பா வீட்டு முற்றம் கூட்டிக்கொண்டு நிண்டவர். திடீரெண்டு கைகாலெல்லாம் இழுத்து, தடாலென்று கீழை விழுந்திட்டார். நாக்கும் இழுத்திட்டுது. அவராலை கதைக்கவும் முடியேல்லை. அவர் எவ்வளவு உசாரான ஆள். அவருக்கு இப்பிடியெல்லாம் நடக்குமெண்டு எங்களாலை நினைச்சே பார்க்க முடியேல்லை.

பப்பா பொலிஸ் உத்தியோகத்தராக வேலை பார்த்தவர் எண்டாலும், ஒரு பரியாரி மாதிரி, ஊருக்கே இயற்கை மருந்து வைத்தியங்கள் செய்யிறவர். அப்பிடிப்பட்டவருக்குத் திடீரென்று பாரிசவாதம் எப்பிடி வந்ததெண்டு ஒரு தருக்கும் விளங்கேல்லை.

அவர் பாரிசவாதமாய் படுக்கையில சிலமாதங்கள் கிடந்தபோது அம்மாதான் அவரைப் பராமரித்துக் கொண்டிருந்தா. அவருக்குத் தேவையான வைத்தியங்களும் அம்மா செய்துகொண்டுதான் இருந்தவ. அப்பிடியிருந்தும் பப்பாவைக் காப்பாற்ற முடியேல்லை.

பப்பா இறந்ததும், அவரின்ரை செத்தவீடும், அந்தச் சடங்குகளும் இப்பவும் ஒரு துயரப் படத்தின் காட்சிகள் மாதிரி என்ரை மனசிலை அப்பிடியே பதிஞ்சிருக்கு.

அவர் சாகிறபோது (1970 மார்கழி) எனக்குப் பதினொரு வயசு. கொள்ளி வைக்கிறதுக்காக, சுடலைக்கு என்னைத்தான் கூட்டிக்கொண்டு போனவை. அம்மா என்னைப் பார்த்துக் கதறி அழுறதும், பிறகு பேயறைஞ்சமாதிரி மூச்சுப் பேச்சில்லாமல் நிக்கிறதுமாக இருந்தா. நாங்கள் எல்லாரும் சின்னப் பிள்ளைகள். யாரை யார் தேற்றுறது எண்டு ஒருவருக்கும் தெரியேல்லை.

அண்டைக்கு நல்ல அடைமழை. தொடர்ந்து மழை எண்டதால வீட்டுக்குள்ளையும் வெள்ளம் வரத் தொடங்கிட்டுது. செத்தவீடு மழை வெள்ளத்துக்குள்ளைதான்

நடந்தது. எல்லாரும் நனைஞ்சு நனைஞ்சுதான் சுடலைக்குப் போனம்.

நான் வீட்டிலை மூத்த பிள்ளை என்றபடியால் எல்லாப் பொறுப்பும் என்ரை தலையிலை விழுந்த மாதிரி எனக்கொரு உணர்வு அப்பவே வந்திட்டுது.

எல்லாம் முடிஞ்சு ஒண்டுரெண்டு மாசம் ஆகிட்டுது. அம்மா துள்ளியெழுந்த மாதிரி பழைய நிலைக்கு வந்திட்டா. முதல் இருந்ததைவிட, ரெண்டு மடங்கு வேகத்தில் இயங்கத் தொடங்கிட்டா. எங்களையெல்லாம் தானே தனியொரு பெண்ணாக நின்று, வளர்த்து ஆளாக்கிவிட வேணும் என்ற பெரும் பொறுப்பு அவவின்ரை அடிமனசை எப்பவும் உலுக்கிக்கொண்டே இருந்திருக்கக் கூடும்.

சொந்தக்காரர் சிலர் வந்து, எங்களைத் தத்தெடுத்து வளர்க்கிறதாகச் சொல்லி, அம்மாவிட்டைக் கேட்டினம். ஆனால் அம்மாவுக்கு அந்த நேரம் என்ன தைரியம் இருந்ததோ தெரியேல்லை, கடைசிவரைக்கும் அவ அதற்குச் சம்மதிக்கவே இல்லை. அந்த நேரம் நானே மனதிற்குள் கனதடவை யோசித்திருக்கிறன் 'அம்மா எப்பிடி எங்களையெல்லாம் தனியாளாக நிண்டு வளர்க்கப்போகிறா?' என்று.

பப்பா இறந்த பிறகு, நாங்கள் வளர வளர, அம்மாவால் எங்களைச் சமாளிப்பதே பெரிய கஷ்டமாக இருந்தது. பள்ளிச் செலவு, சாப்பாடு, உடுப்பு எங்கள் ஒவ்வொருவரதும் சின்னச் சின்ன ஆசைகள் என எல்லாவற்றையும் ஈடுசெய்ய முடியாமல் பொருளாதார நெருக்கடியாலும், உடல்ரீதியான வீட்டு வேலைகளாலும் அம்மா பெரும் சிரமப்பட்டுக்கொண்டிருந்தா. அம்மா தத்தளிப்பதைப் பார்க்கும்போதெல்லாம் என் மனமும் உள்ளுக்குள் அழுதுகொண்டிருக்கும். எதிர்காலத்தை நினைக்கப் பயமாக இருக்கும்.

அது ஒரு கொடுங்காலம் என்றுதான் சொல்ல வேணும். அந்த நாட்களில் பள்ளிக்கூடத்திற்குச் செருப்பில்லாமல், வெறும் காலோடை, கொதிக்கிற வெய்யிலுக்குள்ளாலை மூண்டு நாலு மைல்கள் தினமும் நடந்து போவன். தம்பியவங்களும் அப்பிடித்தான். பஸ்ஸீக்குக் காசிருக்காது. செருப்பு வாங்கக் காசிருக்காது.

அந்த நேரம் ஸ்ரீமாவோ பண்டாரநாயக்காவின் ஆட்சி வந்துவிட்டது. நாட்டை அபிவிருத்தி செய்யிறதெண்டு சொல்லி, சாப்பாட்டுக்கே தட்டுப்பாடு வந்ததுதான்

கண்ட மிச்சம். காலையிலை கூப்பன் கடையிலை போய் தவமிருந்து ஒரு இறாத்தல் பாண் வாங்கிவந்து, ஒன்பது பேரும் அதைப் பிரிச்சுச் சாப்பிட்டால் யாருக்கு வயிறு நிரம்பும்? அம்மாவுக்கு அதுவுமில்லை. அவ தினமும் பட்டினிதான்.

காலையிலை சாப்பிடாமல், வெறும் வயிற்றோட பள்ளிக்கூடத்துக்குப் போய் வாறபோது எங்களாலை கிரகித்துப் படிக்கவே முடியாமலிருந்தது. நல்ல சாப்பாடு, நல்ல உடுப்பு, எதுவுமில்லாத இளமைக் காலமாகத்தான் எங்களுக்கது அமைந்திருந்தது.

“கொடிது கொடிது வறுமை கொடிது, அதனினும் கொடிது இளமையில் வறுமை” என்று ஔவைப் பாட்டி சொன்னது எங்களைப் பார்த்துத்தான் என்று நான் அப்போது அடிக்கடி நினைப்பேன்.

அம்மா இந்த நிலையிலிருந்து எங்களை மீட்பதற்காக, தன்னை வருத்தி, உழைக்கத் தொடங்கிற்றா. இரவிரவாக விழித்திருந்து பாக்கு சீவிக்கொண்டிருப்பார். பிறகு அவற்றை இறாத்தல் கணக்கில் கடைகளுக்குக் கொடுத்து, அவை விற்பனையாகி வரும் பணத்தில் வாழ்க்கைச் செலவை ஈடுசெய்யிறதுக்குப் போராடுவா. அது மட்டுமல்ல, கிடுகு பின்னி விற்கிறது, அரிசிமா இடித்து, வறுத்து விற்கிறது, றேந்தை பின்னி விற்கிறது, தேங்காய் உரித்து விற்கிறது என அம்மா செய்யாத வீட்டுக் கைத்தொழில்களே கிடையாதென்று சொல்லலாம்.

அவ இரவிரவாக வேலை வேலையென்று கிடந்து மாய்வதில் தன்ரை உடம்பைக் கவனிக்காமல் விட்டிட்டா. அவவின்ரை கடின உழைப்பு ஒரு கட்டத்தில் அவவை ஒரு ஆஸ்த்மா நோயாளியாக ஆக்கிப்போட்டுது. ஆனாலும் அவ அதற்காக சளைத்துப்போய் ஒரு இடத்தில் உட்கார்ந்து விடேல்லை. நாங்கள் எல்லாரும் வளர்ந்து, பெரிய ஆட்களாகி, ஒரு நிலையான சந்தோசமான வாழ்வு வாழத் தொடங்கும் வரை அவ தன்னால் இயன்ற எல்லாம் செய்துகொண்டுதான் இருந்தா.

அம்மாவின்ரை அசாத்திய மனோதைரியத்தை இப்ப நினைத்தாலும் எனக்கு உள்ளுக்குள் நடுங்கும். அது ஒற்றைக் கயிறில் நடக்கிற ஒரு சேர்க்கஸ் வாழ்க்கை மாதிரித்தான் இருந்தது. அம்மாவுக்கு எங்களிலிருந்த அன்பு, பாசம், கருணை எண்டதுக்கும் அப்பால், அவவுக்கு தன்மேலிருந்த அசைக்க முடியாத தன்னம்பிக்கையும், தைரியமும், மனஉறுதியுந்தான் எங்களை இந்த உலகத்திலை தலைநிமிர்ந்து வாழும் மனிதர்களாக ஆக்கிவிட்டிருக்குது!

பப்பா இல்லாத எங்கட குடும்பம், நடுக்கடலில், பெரும் புயலில் அகப்பட்ட படகுபோல் தத்தளிக்கும்போதும், தனியாளாய்த் தாங்கிநிண்டு, எங்களை வளர்த்து, ஆளாக்கி, கரைசேர்த்த எங்கட அம்மாவை , எத்தனை ஜென்மம் எடுத்தாலும் வைத்துத் தாங்கலாமில்லையா ?"

அவர் என்னோடு பேசிக்கொண்டிருக்கும்போதே குலுங்கிக் குலுங்கி ஒரு குழந்தையைப்போல் அழத் தொடங்கிவிட்டார். அவரது அத்தகைய விம்மலையும் அழுகையையும் இதுபோல் முன்னரொருபோதும் என் வாழ்நாளில் நான் கண்டதில்லை

○

மாமியின் தூரத்து உறவினரும், மாமி வாழ்ந்துகொண்டிருந்த வீட்டிற்கு எதிர்வீட்டில் இருந்த வருமான சிவபாக்கியம் அவர்களை கடந்த மாதம் நான் சந்தித்தபோது அவ கூறியது...

நான்: என்ரை மாமியைப் பற்றி கொஞ்சம் சொல்லுங்கோ. அறிய ஆசையாயிருக்கு. நீங்கள் முன்வீட்டிலைதானே இருந்தனிங்களாம். மாமி லண்டனுக்கு வாற நேரம் எங்கட வீட்டுக்கு ஓடிவந்து அவவைச் சந்தித்துக் கதைத்துமிருக்கிறியள். அப்ப நான் இதுகளைப்பற்றி எதுவும் கேட்கேல்லை. இப்ப கேட்க வேணும் போலையிருக்கு. சொல்லுங்கோ ?

சிவபாக்கியம்: மனோன்மணி அக்கா பள்ளியிலை படிக்கிற காலத்திலை வலும் கெட்டிக்காரி. என்னைவிட ஆறேழு வயசு மூத்தவ அவ.

எனக்குப் பள்ளிக்கூடத்திலை தந்துவிடுற வீட்டுப் பாட வேலைகள் செய்யிறதுக்குப் பஞ்சி. நான் ஓடிப்போய் மனோன்மணி அக்காவிட்டை கொப்பியைக் குடுத்திடுவன். அவ எல்லாம் வடிவாய் எழுதி முடிச்சிட்டு, என்னைக் கூப்பிட்டுக் கொப்பியைத் தருவா. அடுத்த நாள் வகுப்பிலை எனக்கு நல்ல பிள்ளைப் பெயர் கிடைச்சிடும். (அவ சிரிக்கிறா)

நான்: மாமி இளமையிலை பாக்கிறதுக்கு எப்பிடி இருப்பா ?

சிவபாக்கியம்: ஆள் நிறம் குறைவெண்டாலும் நல்ல முகவெட்டு. சிரிச்ச முகம். நல்ல சுறுசுறுப்பானவ. ஓடியாடி ஏதாவது செய்துகொண்டிருப்பா. நல்ல தலைமுடி. அவையின்ரை வீட்டுக்கு முன்னாலை இருந்த சொந்தக்காரப் பெடியனொண்டுக்கு அவவிலை ஒரே கண். (அவ சிரிக்கிறா)

நான்: ஓ அப்பிடியா ? எனக்கிந்தக் கதை தெரியாமல் போச்சே ? பிறகு ?

சிவபாக்கியம்: ஓம். அவர் எங்களுக்கும் சொந்தக்காரன்தான். என்னட்டை கடிதங்கள் தந்து, அதை மனோன்மணி அக்கா விட்டை கொடுத்துவிடச் சொல்லுவார். நானும் கொண்டு போய் அவவிட்டைக் கொடுப்பன். (அவ பிறகும் சிரிக்கிறா)

நான்: மாமி அதுகளை வாங்குவாவோ அல்லது உங்களைப் பேசிப்போடுவாவோ?

சிவபாக்கியம்: ஒண்டும் பேசமாட்டா. வாங்குவா. ஆனால் ஒருநாளும் பதில் கடிதம் தந்ததில்லை. அந்தப் பெடியனோட தனியாக நிண்டு அவ ஒருநாளும் பேசினதுமில்லை.

நான்: அப்ப என்ன நடந்தது? அவவும் அந்த நேரம் விரும்பினவவோ?

சிவபாக்கியம்: அது தெரியேல்லை. அந்த நாளையிலை மனசுக்குள்ளை விருப்பம்கிருப்பம் இருந்தாலும் அதைப் பொம்பிளையள் தெரியப்படுத்த மாட்டினந்தானே. பயம். அவவின்ரை தமையன் சுப்பிரமணியம் அண்ணை பொலிஸ்தானே. அவர் பொல்லாதவர். இப்பிடியேதுமெண்டு தெரிஞ்சால், கடிதம் கொடுத்தவனை நசுக்கிச் சாம்பலாக்கிப் போடுவார். இப்பிடியான சூழ்நிலையிலை அவ இதுகளுக்கெல்லாம் பதில் குடுத்திருக்கமாட்டாதானே.

நான்: மாமி, மாமாவைக் கல்யாணம் செய்தபிறகு எப்பிடியிருந்தவ? ஞாபகமோ?

சிவபாக்கியம்: ஓமோம். முன்வீடுதானே. எல்லாம் தெரியும். நல்ல ஞாபகம். அவர் நல்ல வாட்ட சாட்டமான வடிவான மனுசன். குடும்பத்தை நல்லாத்தான் வைச்சிருந்தவர். பிள்ளைகளிலை, சாப்பாடுகளிலை வலும் கவனம். எப்பவும் சத்துள்ள சாப்பாடு பிள்ளைகளுக்குக் கொடுக்க வேணுமெண்டு சொல்லி, மரக்கறிகள், மீன் எண்டு வாங்கிவந்து சமைப்பிச்சுக் கொடுப்பார். அப்ப மனோன்மணி அக்காவும் நல்ல சந்தோசமாக, வசதியான வாழ்க்கை வாழ்ந்துகொண்டிருந்தவ.

நான்: பிறகு அவரை செத்த வீட்டுச் சம்பவங்கள் ஞாபகமிருக்கோ?

சிவபாக்கியம்: இல்லை. அப்ப நாங்கள் வீடு மாறிக்கொண்டு வேற இடத்துக்குப் போயிட்டம். அதுகள் எனக்கு வடிவாகத் தெரியாது. அதுக்குப் பிறகு நானும் குமர்ப்பிள்ளை ஆயிட்டன். வெளியிலை வெளிக்கிடுறது குறைஞ்சிட்டுது.

○

மாமியின் மைத்துனர் திரு சண்முகரட்ணம் என்னிடம் சொன்னவை

என் மாமியின் மைத்துனர் சண்முகரட்ணம் அவர்கள், மாமி சொந்த மண்ணில் வாழ்ந்துகொண்டிருந்த காலத்தில் ஒரே ஊரில் ஒன்றாக வாழ்ந்தவர். அல்லும் பகலும் அவவோடு பழகி வளர்ந்தவர். அவரை நான் 23–02–2022இல் சந்தித்துக் கதைத்தபோது அவர் சொன்னார்:

சண்முகரட்ணம்: *மச்சாள் முந்தி நல்ல வடிவாயிருப்பா. கொஞ்சம் நிறம் குறைவுதான். ஆனால் லட்சுமிகரமான முகம். எந்த நேரமும் நல்ல ரிப்ரொப் ஆக உடுப்புகள் போட்டு நல்ல கிளீனாகத்தான் வெளிக்கிட்டு நிற்பா. நல்ல நீளமான முடி. பேசப் பழக இனிமையானவ.*

அந்த நாளையில என்ரை ஐயாவும் அம்மாவும் காலமை வெள்ளென தோட்டத்துக்குப் போயிடுவினம். நானப்ப சின்னப்பெடியன். நாலு வயசுதான் வரும். காலமை வெள்ளன என்னைக் கொண்டுவந்து மனோன்மணி மச்சாளோட விட்டிட்டு அவையள் தோட்டத்துக்குப் போயிடுவினம்.

மச்சாள் அப்ப குமர்ப்பிள்ளை. சில நாட்களிலை ஒரு கரிக்கட்டையாலை கோடு போட்டிட்டு அந்தப் பக்கம் உட்கார்ந்திருப்பா. அதுக்குள்ளை என்னை வரவிட மாட்டா. அந்தக் கோட்டுக்கு அந்தப் பக்கம் இருந்துகொண்டு எனக்கு பாடங்கள் சொல்லித் தருவா. எனக்கு அவவோட இருக்க சரியான விருப்பமாயிருக்கும்.

எப்ப போனாலும் மத்தியானம் மடியில இருத்திவைத்து சாப்பாடு தீத்திவிடுவா. நல்ல அன்பாயிருப்பா.

நான்: *அவவின்ரை கலியாண வீட்டு வைபவம் ஏதும் உங்களுக்கு ஞாபகமிருக்கோ?*

சண்முகரட்ணம்: *என்ன இது? ஞாபகமில்லாமலிருக்கே? நல்ல ஞாபகம். மச்சாளின்ரை புருஷன் – இளையதம்பி அத்தான் நல்ல வடிவான உயரமான நிறமான மனுசன். அவர் பொலிஸ்தானே. அதுக்கேற்ற வாட்டசாட்டமான உடம்பு. கல்யாண நாளன்று மாப்பிள்ளை கற்பகப் பிள்ளையார் கோயில் கிணற்றிலைதான் குளிச்சு வெளிக்கிட்டவர். ஏனெண்டால் அவர்ரை ஊர் சண்டிலிப்பாய் எண்டதால, அது தூரம் எண்டிட்டு அப்பிடி ஒழுங்கு செய்திருந்தவை. அவருக்குத் தாய் தகப்பன் இல்லைத்தானே.*

பின்னை கோயிலடியிலை இருந்துதான் மாப்பிள்ளை அழைச்சு வந்தவை. மச்சாளின்ரை வீட்டு முற்றத்திலைதான் பெரிய பந்தல் போட்டுத் தாலிகட்டு நடந்தது."

இளையதம்பி அத்தான் பிள்ளைகளிலை நல்ல கவனம். குடும்பத்திலை சரியான கவனம். சாப்பாடுகளிலை ஒரு குறையும் விடமாட்டார்.

நான்: அவற்ரை மரணச் சடங்கு ஞாபகமிருக்கோ?

சண்முகம்: நல்லா ஞாபகமிருக்கு. அண்டைக்கு நல்ல மழை. இவையின்ரை வீடும் கொட்டில் வீடு. மச்சாள் முந்தியிருந்த வீட்டை இளையதம்பி அத்தான் ஏனோ வித்துப்போட்டார். பிறகு நிறைய வீடுகளிலை போய் வாடகைக்கு இருந்திட்டுக் கடைசியாக இப்ப இருந்த வளவுக்குள்ளை வந்து கொட்டில்வீடு போட்டு இருந்தவை. அங்கை இருக்கேக்கைதான் அவற்ரை செத்தவீடும் நடந்தது.

ஐயோ கடவுளே! மச்சாள் அப்ப நிறைமாதக் கர்ப்பிணி. குஞ்சும் குருமனுமாகக் காலுக்கை கையுக்கை பிள்ளைகள். மழையோ கொட்டுது. ரவி சின்னப் பிள்ளை. அவன்தான் கொள்ளிவைக்க வேணுமெண்டு கூட்டிக்கொண்டு சுடலைக்குப் போயினம். அது பெரிய கறுமம்.

அவருக்குச் சொல்லும்போதே நா தழுதழுக்கிறது.

மச்சாளின்ரை ஆரம்ப வாழ்க்கை அழகானது! பிறகு இடையிலை பட்ட கஷ்டங்கள் வார்த்தைகளிலை சொல்ல ஏலாது. பிறகு கடைசிக் காலமும் அவ ராசாத்தி மாதிரித் தானே வாழ்ந்துபோயிருக்கிறா. இனியென்ன? எல்லாக் கதையும் முடிஞ்சிது.

அவருக்கு அதற்குமேல் எதுவும் சொல்ல முடியவில்லை. ஒரு பெருமூச்சுடன் மௌனமாகிறார். நான் விடைபெற்றுக்கொள்கிறேன்.

மாமியின் வாழ்க்கைக்கும் அனுபவங்களுக்கும், அவ சொன்ன கதைகளுக்கும் முற்றுப்புள்ளி இல்லை என்பது மட்டும் எனக்கு நன்றாக விளங்கியது!

●

படங்கள்

மகள்கள் மருமக்களுடன் மாமி (பிரான்ஸ் 2014)

மாமி ஜெர்மனிக்கு இடம்பெயர்ந்து வந்தபோது கடைசி மகன் சுரேஷ் மற்றும் நான்காவது மகன் சீலனுடன் (1992)

மாமி சுவெற்றர் பின்னுகிறார் (லண்டன் 2015)

லண்டனுக்கு எம்மிடம் வந்தபோது மாமி புத்தகம் வாசிக்கிறார் (2015)

தனது சொந்த ஊரில் குடியிருக்கும் வளவில் மாமி

மாமி தன் பேத்தி தர்ஷியாவுடன் (லண்டன் 2014)

மாமி மடிக்கணினியில் செய்திகள் வாசிக்கிறார் (லண்டன்)

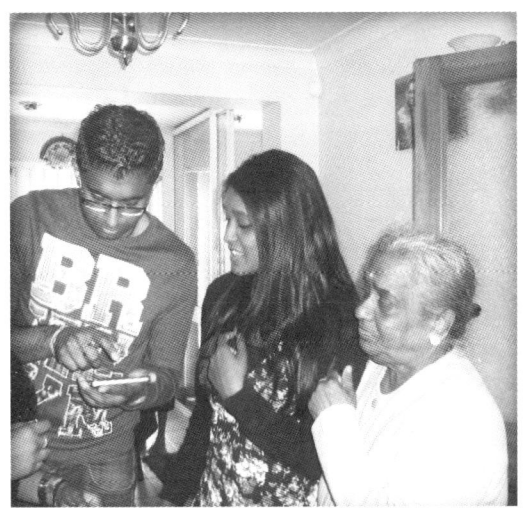

மாமியும் பேரப்பிள்ளைகளும் புதினம் பார்த்தல் (லண்டன்)

மாமியும் மூத்த மகள் ஜெயாவும் பேரப்பிள்ளைகளும் (ஜேர்மனி 1997)

மாமியும் மூத்த மகள் ஜெயாவின் பிள்ளைகளுடன்
(ஜெர்மனி 1995)

மாமியும் மாமாவும் திருமணமானபோது (1954)

மாமி பிள்ளைகளிருக்கும் நாடுகளுக்குப் பிரயாணம் செய்யும்போது (2005)

மாமி தன் மூத்தமகன் ரவியுடன் (2010இல்)

மாமியும் அவரின் மைத்துனர் சண்முகரட்ணமும் (லண்டன் 2015)

மாமியும் நானும் (சந்திரா இரவீந்திரன்) (லண்டன் 2013)

மாமியும் பேரப்பிள்ளைகளும் (ஜெர்மனி 1995)

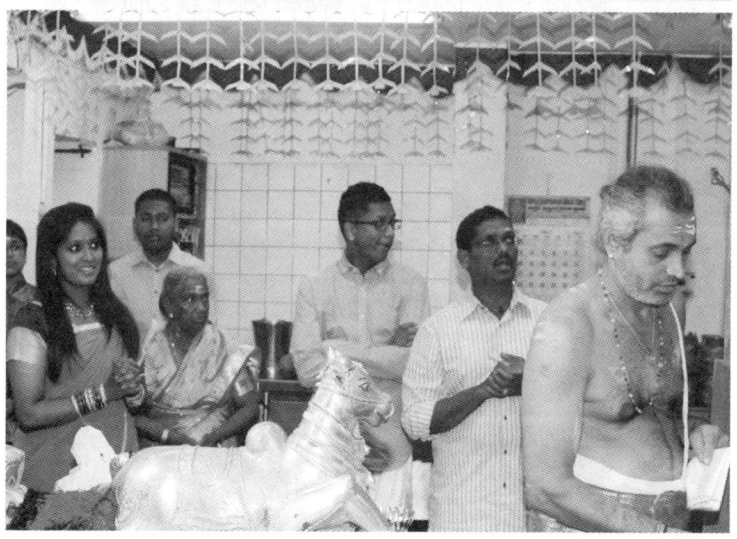

மாமி லண்டன் நாகபூரணி அம்பாள் ஆலயத்தில் மூத்தமகன் ரவி குடும்பத்தினருடன் வழிபாடு செய்யும்போது (2013)

மாமியும் ஒன்பது பிள்ளைகளும் கனடாவில் சந்தித்துக்கொண்டபோது

காலச்சுவடு பப்ளிகேஷன்ஸ் (பி) லிட்.
Published by Kalachuvadu Publications Pvt. Ltd.,
669, K.P. Road, Nagercoil 629001, India
Phone: 91-4652-278525
e-mail: publications@kalachuvadu.com

12/2022/S.No. 1146, kcp 3958, 18.6 (1) 9ss